AF658977

സുജ പാറുകണ്ണിൽ

കോട്ടയം ജില്ലയിലെ ചങ്ങനാശ്ശേരി മാമ്മൂട് പാറുകണ്ണിൽ പരേതനായ വർഗീസ് ചാക്കോയുടെയും ഏലിയാമ്മ വർഗ്ഗീസിന്റെയും മകൾ. മാമ്മൂട് സെന്റ് ഷന്താൾസ് ഹൈസ്കൂൾ, പെരുന്ന എൻ.എസ്.എസ്., യു.എ.ഇ. എന്നിവിടങ്ങളിൽ വിദ്യാഭ്യാസം. ധാരാളം ചെറുകഥകളും ലേഖനങ്ങളും എഴുതിയിട്ടുണ്ട്. ഇരുപത്തിമൂന്ന് വർഷത്തെ പ്രവാസജീവിതത്തിനുശേഷം എറണാകുളത്തു മകളോടൊപ്പം വിശ്രമജീവിതത്തിൽ.

മകൾ; അമല

മരുമകൻ: അനീഷ് ജോർജ്

ചെറുമക്കൾ: ഹെസേൽ ജോർജ് അനീഷ്, ക്രിസാന്റോ മാർട്ടിൻ ജോർജ്

Malayalam Language
Oalanjali Kili
(Stories)
by
Suja Parukannil

♦

Published in August 2023
by Kairali Books Private Limited
Thalikkavu Road, Kannur.
Ph : 0497-2761200
Email : kairalibooksknr@gmail.com

♦

Cover Design
Prasanth Mangad

Price ₹: 220.00
44/23-24/Sl.No.1469/500/NS 18.6
ISBN 978-81-964954-0-4

ഓലഞ്ഞാലി കിളി

സുജ പാറുകണ്ണിൽ

കൈരളി ബുക്സ്

അക്ഷരങ്ങളെ തൊട്ടറിഞ്ഞ കാലം മുതൽ തുടങ്ങിയതാണ് പുസ്തകങ്ങളോടുള്ള പ്രണയം. വായനയുടെ ലോകത്തിലേക്ക് കൂട്ടിക്കൊണ്ടു പോയവരിൽ ഫാദർ ജോസഫ് കണ്ടത്തിൽ പറമ്പിൽ, അധ്യാപികയായിരുന്ന സിസ്റ്റർ മരിയ എന്നിവരെ എന്നും എപ്പോഴും ഓർക്കുന്നു. പണ്ടേ എഴുതുമെങ്കിലും എഴുത്ത് ഗൗരവമായി എടുക്കാൻ പ്രേരിപ്പിച്ചത് ശ്രീ. രാജു ശങ്കരത്തിൽ സാറാണ്. എന്റെ കഥകളും, ലേഖനങ്ങളും പത്രത്തിൽ പ്രസിദ്ധീകരിച്ച് അദ്ദേഹം എന്നെ മലയാളി മനസ്സിന്റെ സ്ഥിരം എഴുത്തുകാരിയാക്കി.

ജീവിതത്തിന്റെ നടവഴികളിൽ കണ്ടുമുട്ടിയ ഒരുപാട് പേർ. അവരിൽ ചിലരുടെയെങ്കിലും കഥകൾ കുത്തിക്കുറിച്ചപ്പോൾ അതൊരു പുസ്തകമായി.

എഴുത്തിൽ മാത്രമല്ല, ജീവിതത്തിന്റെ വെളിച്ചം കെട്ടുപോയ പ്രതിസന്ധികളിലും ഒപ്പം നിന്ന ഒരുപാട് പേർ... ബന്ധുക്കളും, സുഹൃത്തുക്കളും തണലായി നിന്നു.

കെ.വി. ജിജിൽ, അജി സുരേന്ദ്രൻ, മേരി ജോസി മലയിൽ ഇവരോടൊക്കെയുള്ള നന്ദി പറഞ്ഞാൽ തീരില്ല.

കണ്ണായ മകൾ അമലക്കും, കരുതലായ മരുമകൻ അനീഷിനും, ജീവിക്കാൻ പ്രേരിപ്പിക്കുന്ന കൊച്ചുമക്കൾക്കും നന്ദി.

ഈ സ്വപ്ന സാക്ഷാത്കാരം എന്നും കാവലായി കൂടെയുള്ള എന്റെ ദൈവത്തിന് സമർപ്പിക്കുന്നു.

സുജ പാറുകണ്ണിൽ

ഉള്ളടക്കം

ആർദ്രതയുടെ അടയാളങ്ങൾ 07
ടി പി വേണുഗോപാലൻ

- മൂരിക്കുട്ടന്റെ പ്രണയം 11
- പെണ്ണ് 16
- വായില്ലാ തുമ്പികൾ 19
- ഹേമന്തം വരവായി 27
- മുത്തുലക്ഷ്മി 30
- ലോക്കറ്റ് 34
- മേരിക്കൊരു സാരി 40
- ആത്മാക്കൾക്ക് ഒരിടം 45
- മാലാഖയുടെ സംഗീതം 40
- പുഞ്ചിരി പൂവുകൾ 57
- ഓലഞ്ഞാലി കിളി 63
- നാരായണന്റെ തോന്നലുകൾ 68
- അരവിന്ദന്റെ കുടുംബം 73
- മന്ഥര 77
- ഇത്തിൾക്കണ്ണി 81
- തന്റേതായ കാരണത്താൽ 87
- ബൂമറാങ് 96
- സൂര്യതേജസുള്ള മുഖം 99

ആർദ്രതയുടെ അടയാളങ്ങൾ

ടി പി വേണുഗോപാലൻ

ജീവിതം എത്രമാത്രം പ്രകാശപൂരിതമായിരുന്നാലും ചിലയിടങ്ങളിലെങ്കിലും ഇരുട്ടിന്റെ അംശം ഒളിഞ്ഞുകിടപ്പുണ്ടാവും. ആ ഇരുട്ടിലേക്ക് വെളിച്ചം വീശാനാണ് എഴുത്തുകാർ ശ്രമിക്കുന്നത്. വെളിച്ചം സന്തോഷമാണ്, അതു തന്നെയാണ് സ്വാതന്ത്ര്യവും. 'ലോകം ഇത്ര സുന്ദരമാണെന്നും ഇവിടെ ഇത്ര സന്തോഷത്തോടെ ജീവിക്കാൻ കഴിയുമെന്നും എനിക്ക് ഇപ്പോഴാണ് മനസ്സിലായത്'. സുജ പാറുകണ്ണിൽ എഴുതിയ 'പെണ്ണ്' എന്ന കഥയിൽ ഇങ്ങനെ പറയുന്നുണ്ട്. 'മാലാഖയുടെ സംഗീതം' എന്ന കഥയിലുമുണ്ട് ഈ സ്വാതന്ത്ര്യപ്രഖ്യാപനം. 'സ്വർഗ്ഗവാതിൽ തുറക്കപ്പെട്ടു എന്നും അവളുടെമേൽ അനുഗ്രഹങ്ങൾ വർഷിക്കപ്പെട്ടെന്നും, തനിക്ക് ചിറകുമുളച്ചെന്നും, മാലാഖമാരെ പോലെ താൻ പറക്കുകയാണെന്നും അവൾക്ക് തോന്നി'. സ്വാതന്ത്ര്യത്തിന്റെ അനന്തവിഹായസ്സിലേക്ക്, വെളിച്ചത്തിന്റെ വിസ്മയ കാഴ്ചകളിലേക്ക് പറക്കാനാണ് എഴുത്തുകാർ അവരുടെ എഴുത്തുകളെ ആയുധമാക്കുന്നത്.

മനുഷ്യമനസ്സുകളുടെ സന്തോഷമാണ് സുജ പാറുകണ്ണിൽ എന്ന കഥാകാരിയുടെ ഓരോ കഥയുടെയും ലക്ഷ്യം. 'ഓലഞ്ഞാലി കിളി'യിലെ കഥകളെല്ലാം സ്വാതന്ത്ര്യത്തിനു വേണ്ടിയുള്ള അന്വേഷണങ്ങളാണ്.

അധികാരികളാൽ ശിക്ഷിക്കപ്പെട്ട് ജയിലിലടക്കപ്പെടുന്ന ഒരു ചിത്രകാരനെക്കുറിച്ചുള്ള കഥയാണ് റൊമാനിയൻ എഴുത്തുകാരി അന ബ്ലാൻഡിയാനയുടെ, 'ഓപ്പൺ വിൻഡോ'. ചെറുജാലകം പോലുമില്ലാത്ത ജയിൽമുറിയിൽ സമ്പൂർണ അന്ധകാരമായിരുന്നു. അദ്ദേഹത്തിന്റെ ആവശ്യപ്രകാരം ചിത്രരചനക്കുള്ള സാമഗ്രികൾ ജയിലിനകത്ത് അനുവദിക്കപ്പെട്ടിരുന്നു. ഒരു ദിവസം ജയിലർ തടവറ സന്ദർശിച്ചപ്പോൾ കണ്ടു, ചുവരിൽ ചിത്രകാരൻ മനാഹരമായ ജാലകത്തിന്റെ ചിത്രം വരച്ചുവെച്ചിരിക്കുന്നു. യഥാതഥമായ ആ ചിത്രത്തിലൂടെ വെളിച്ചം തടവറയിലേക്ക് പ്രവേശിക്കുന്നതായി ജയിലർക്ക് തോന്നി. അദ്ദേഹം തെല്ല് പരിഹാസത്തോടെ ചോദിച്ചു. 'നീ വരച്ച ജാലകത്തിന്റെ ചിത്രത്തിലൂടെ സൂര്യവെളിച്ചം ഈ മുറിയിലേക്ക് പ്രവഹിക്കുന്നു. അങ്ങനെയെങ്കിൽ ഇത്രയും യഥാർത്ഥമായ ഈ ജാലകത്തിലൂടെ നിനക്ക് പുറത്തിറങ്ങാൻ കഴിയാത്തതെന്ത്?' ചിത്രകാരൻ അതുകേട്ട് ഒന്നും പറയാതെ പതുക്കെ ചിത്ര

ത്തിനരികിലേക്ക് നടന്നു, താൻ വരച്ച ചിത്രജാലകത്തിലൂടെ പുറത്തേക്ക് രക്ഷപ്പെടുന്നു. സ്വാതന്ത്ര്യത്തിന്റെ സ്വച്ഛവായു ശ്വസിക്കുന്നു. ഏതുകലയും സ്വാതന്ത്ര്യത്തിലേക്കുള്ള സഞ്ചാരമാണെന്ന് ഇവിടെ അനാ ബ്ലാൻദിയാന അടിവരയിടുകയാണ്.

മനുഷ്യമനസ്സിൽ അലയടിച്ചുകൊണ്ടിരിക്കുന്ന അടങ്ങാത്ത സ്വാതന്ത്ര്യവാഞ്ഛയാണ് സുജ പാറുകണ്ണിൽ അർത്ഥപൂർണ്ണമായി ഇവിടെ ആവിഷ്കരിക്കുന്നത്. അതിന് സുജ അവലംബിക്കുന്നതാകട്ടെ നർമ്മവും ഗൗരവവും ഇടകലർന്ന ആഖ്യാനശൈലിയും. പ്രമേയത്തിലെ വ്യതിരിക്തതയും ഉദ്വേഗജനകമായ പറച്ചിൽ രീതിയും കഥകളെ വായനക്കാരുടെ ഹൃദയത്തിലേക്ക് അടുപ്പിക്കുന്നുണ്ട്. ഭാഷയുടെ ലാളിത്യം കഥകളെ കൂടുതൽ ദീപ്തമാക്കുകയും ചെയ്യുന്നു.

ഭാര്യയെയും മക്കളെയും കാരണമൊന്നുമില്ലാതെ ക്രൂരമായി മർദ്ദിക്കുന്ന മനുഷ്യർ നമുക്ക് ചുറ്റുമുണ്ട്. അത് അവരുടെ കുടുംബകാര്യമല്ലേ എന്നോർത്ത് നാട്ടുകാർ എന്നു വിളിക്കുന്ന വർഗ്ഗം അതിൽ ഇടപെടാറില്ല. ചിലർക്ക് ഈ അക്രമങ്ങൾ കണ്ട് രസിക്കാനും താൽപ്പര്യമുണ്ട്. എങ്കിലും ഒരു നായകൻ വന്ന് അവരെ രക്ഷപ്പെടുത്തിയെങ്കിൽ എന്ന് ചിലരെങ്കിലും ആഗ്രഹിക്കുന്നു. ആ ആഗ്രഹത്തിന്റെ സഫലീകരണമാണ് 'മൂരിക്കുട്ടന്റെ പ്രണയം' എന്ന കഥയിൽ പറയുന്നത്. ഹൃദയമില്ലെന്ന് സമൂഹം വിധിയെഴുതിയ ഒരു മനുഷ്യന്റെ, നന്മ വറ്റിയിട്ടില്ലാത്ത ഹൃദയം വെളിപ്പെടുത്തുകയുമാണ് ഈ കഥ.

വറ്റാത്ത സ്നേഹം എന്ന് നാം കേട്ടിട്ടുണ്ട്. സ്നേഹം ഹൃദയത്തിൽ നിന്നാണ് വരുന്നതെങ്കിൽ ഒരിക്കലുമതിന് വരൾച്ച ഉണ്ടാവുകയില്ല. എന്നാൽ കൃത്രിമമായ സ്നേഹം ഒരിക്കൽ വറ്റും. കാപട്യത്തിന്റെ കയ്പ്പുനീർ രുചിക്കേണ്ട സന്ദർഭങ്ങൾ ജീവിതത്തിൽ ഉണ്ടാകും സ്നേഹത്തിന്റെ ലേബലൊട്ടിച്ച കുപ്പിയിൽ വെറുപ്പിന്റെ കൊടുംവിഷമായിരുന്നുവെന്ന് അപ്പോൾ നാം തിരിച്ചറിയും. എന്നാൽ മറ്റു ചില സ്നേഹം ഉണ്ട്. അത് നിരുപാധികമാണ്. ആദിമധ്യാന്തമില്ലാത്ത നീരുറവയെപ്പോലെ അത് നമ്മുടെ മനസ്സിൽ കുളിർമയേകികൊണ്ടിരിക്കും. 'ഓലഞ്ഞാലി കിളി' എന്ന കഥയിൽ ഈ രണ്ടുതരം സ്നേഹത്തെയും കൃത്യമായി നിർവചിക്കുകയാണ്. സ്നേഹം മുഴുവൻ ഊറ്റിയെടുത്ത് ഒടുവിൽ ഭർത്താവിനെ ചവച്ച് തുപ്പുന്ന ഭാര്യ. 'കേൾക്കാനും ഉൾക്കൊള്ളാനുമുള്ള ക്ഷമ ഒരു കാര്യത്തിലും അവൾ കാണിച്ചില്ല. എങ്കിലും അവളെ വെറുക്കാൻ കഴിഞ്ഞില്ല. വീഴാൻ തുടങ്ങിയപ്പോൾ വിരൽത്തുമ്പ് നീട്ടിത്തന്നവൾ. കൈപ്പുണ്യം രുചിയോടെ വിളമ്പിത്തന്നവൾ, വിരലിൽ വിരൽകോർത്തുവെച്ച് സ്നേഹം പങ്കിട്ടവൾ...' അവൾ അകന്നുപോയപ്പോൾ അയാൾ ആകെ തളരുകയാണ്. സ്നേഹത്തിനു വേണ്ടി ദാഹിക്കുകയാണ്. 'ഇല്ല

എന്നറിയാമെങ്കിലും വീടിന്റെ ഓരോ മുറിയിലും കയറി അയാൾ വെറുതെ അമ്മയെ തിരയുകയാണ്. അമ്മയുള്ളപ്പോൾ ഒരുപാട് പേർ ജീവിതത്തിലുള്ളതുപോലെ ആയിരുന്നു. ഒരുപാട് കാര്യങ്ങൾ ചെയ്യാൻ ഉണ്ടായിരുന്നു. അയാളുടെ സന്തോഷവും ധൈര്യവുമെല്ലാം അമ്മയായിരുന്നു...' സ്നേഹപ്രകടനങ്ങളെല്ലാം പെരുമഴയിൽ മൺകട്ടയെന്നതുപോലെ അലിഞ്ഞുതീരുമ്പോൾ, എന്നും ശാശ്വതമായി നിലനിൽക്കുന്നതാണ് അമ്മയുടെ സ്നേഹം എന്ന വലിയ തിരിച്ചറിവ് കൂടി പങ്കുവെക്കുകയാണ് 'ഓലഞ്ഞാലി കിളി'.

പ്രവാസ ജീവിതത്തിന്റെ കയ്പ്പും മധുരവും ആവിഷ്കരിക്കുന്ന ഒട്ടേറെ കഥകൾ ഉണ്ട് ഈ സമാഹാരത്തിൽ. 'വായില്ലാത്തുമ്പികൾ' പ്രവാസികളുടെ ജീവിതത്തിന്റെ നേർച്ചിത്രമാണ്. 'ഈ മണ്ണ് ഇങ്ങനെയാണ്. നമ്മെ വിടില്ല. തിരിച്ചുപോകാൻ മനസ്സ് കൊതിക്കുമ്പോഴും നമ്മെ ഇവിടെ പിടിച്ചുനിർത്തും ഇനി പോയാലും ഈ മണ്ണ് നമ്മെ തിരിച്ചുവിളിച്ചു കൊണ്ടേയിരിക്കും. അത് മാത്രമല്ല അമ്മ പണ്ട് പറയാറുണ്ട് ചവിട്ടിത്തിരിക്കുമ്പോൾ ഒമ്പതില നെഞ്ചിനു നേരെ എന്ന്. കുട്ടനാട്ടിൽ പാടത്ത് വെള്ളം കളയാനുള്ള ചക്രം. അതാണ് പ്രവാസി. തീർത്താലും തീർത്താലും തീരാത്ത ആവശ്യങ്ങളുടെ ഭാണ്ഡക്കെട്ട് ചുമക്കുന്നവർ. എത്ര കഷ്ടപ്പെട്ടാലും തീരാത്ത പ്രാരാബ്ധക്കാരൻ. എങ്ങനെ തിരിച്ചുപോകാൻ....' കുടുംബത്തിനുവേണ്ടി മനുഷ്യായുസ്സ് മുഴുവൻ വിയർപ്പൊഴുക്കി മണലാരണ്യങ്ങളിൽ കഴിയുന്ന പ്രവാസജീവിതത്തിന്റെ ദൈന്യത്തെക്കുറിച്ച് ഇതിലപ്പുറം വ്യാഖ്യാനിക്കുന്നതെങ്ങനെ!

ചെറുതെങ്കിലും ഏറ്റവും ശക്തമായ ആശയം പങ്കുവെക്കുന്ന കഥയാണ്, 'ഹേമന്തം വരവായി'. പുരുഷാധിപത്യസമൂഹത്തിൽ ഒരു സ്ത്രീ അനുഭവിക്കേണ്ടിവരുന്ന വ്യഥകളാണ് ഈ കഥയുടെ വിഷയം. ഇത്രയും പാരതന്ത്ര്യത്തിനിടയിൽ 'എന്തിനാണ് സഹിച്ചത്? എന്താണ് ഇറങ്ങിപോകാതിരുന്നത്?' എന്നൊക്കെ മകൾ അമ്മയോട് ചോദിക്കുന്നുണ്ട്. 'ഞാൻ അങ്ങനെ ഇറങ്ങിപ്പോകാതിരുന്നതുകൊണ്ട് നിങ്ങൾക്ക് നല്ല വിദ്യാഭ്യാസം കിട്ടി, ജോലിയായി, നല്ല ഭർത്താക്കന്മാരെ കിട്ടി, നല്ല ജീവിതം കിട്ടി...' അതായിരുന്നു അമ്മയുടെ മറുപടി. ഒരു മെഴുകുതിരി പോലെ മറ്റുള്ളവർക്ക് വെളിച്ചം പകർന്ന് സ്വയം എരിഞ്ഞു തീരുന്ന ജന്മമാണ് ഈ കഥയിൽ, അമ്മയുടേത്. 'അമ്മയുടെ ജീവിതത്തിന് ഒരു വിലയുമില്ലേ?' എന്ന ചോദ്യം വായനക്കാരിൽ അവശേഷിപ്പിച്ചു കൊണ്ടാണ് കഥ അവസാനിക്കുന്നത്.

കുടുംബജീവിതത്തിന്റെ ഭദ്രതയും ശിഥിലതയും വളരെ സൂക്ഷ്മമായാണ് സുജ ഈ കഥകളിൽ ആവിഷ്കരിച്ചിരിക്കുന്നത്. ലാഭനഷ്ടങ്ങളുടെ കണക്കിൽ ജീവിതം കൊണ്ട് അമ്മാനമാടുന്ന ദാമ്പത്യത്തിന്റെ

കഥയാണ് 'സൂര്യതേജസ്സുള്ള മുഖം'. മരിച്ചവരുടെ ലോകത്ത് പിണക്കവും ദേഷ്യവും ഒന്നുമില്ല എന്ന് വ്യക്തമാക്കുന്ന കഥയാണ് 'മേരിക്കൊരു സാരി'. പണം ബന്ധനമാണെന്നും സ്നേഹം സ്വാതന്ത്ര്യമാണെന്നും തിരിച്ചറിയുന്ന കഥയാണ് 'ആത്മാക്കൾക്ക് ഒരിടം'.

'പുഞ്ചിരിപ്പൂവുകൾ', 'നാരായണന്റെ തോന്നലുകൾ', 'അരവിന്ദന്റെ കുടുംബം', 'മന്ഥര', 'ഇത്തിൾക്കണ്ണി', 'തന്റേതായ കാരണത്താൽ', 'ബൂമറാങ്', 'സൂര്യതേജസ്സുള്ള മുഖം' തുടങ്ങി ഈ സമാഹാരത്തിലെ മുഴുവൻ കഥകളുടെയും അടിത്തട്ടിൽ പ്രവർത്തിക്കുന്നത് നന്മയും സ്നേഹവും ആർദ്രതയുമാണ്. 'ഒന്ന് ചേർത്തു പിടിക്കാൻ മനസ്സു കാണിച്ചാൽ രക്ഷപ്പെട്ടുപോകുന്ന എത്രയോ ജീവിതങ്ങളുണ്ട്, ഭൂമിയിൽ. ലോകത്ത് സഹായം ആവശ്യമുള്ള ഒരുപാട് ആളുകളുണ്ട്. അവരെയെല്ലാം സഹായിക്കാൻ നമുക്ക് കഴിഞ്ഞെന്ന് വരില്ല. നമ്മുടെ മുൻപിൽ എത്തുന്നവരെ സഹായിക്കാൻ തീർച്ചയായും നമുക്ക് കഴിയും. അപ്പോൾ നമുക്ക് പുഞ്ചിരികൾ പ്രതിഫലമായി കിട്ടും'. 'പുഞ്ചിരിപ്പൂവുകൾ' എന്ന കഥയിൽ മാത്രമല്ല, സുജ പാറുകണ്ണിലിന്റെ ഓരോ കഥയിലും ഉറവയെടുക്കുന്നത് ആർദ്രതയുടെ ഈ അടയാളങ്ങൾ തന്നെ.

കഥയുടെ ആദ്യവരി വായിച്ചാൽ അവസാനവരിയിലെത്തുന്നതുവരെ വാക്കുകൾ നമ്മെ കൈപിടിച്ചു കൂട്ടിക്കൊണ്ടുപോകും. വായനക്കാർക്ക് ഒട്ടും വിരസതയുണ്ടാക്കാത്ത അവതരണരീതിയാണ് ഈ കഥകളുടെ മികവ്. ആഖ്യാനത്തിലും ഭാഷാപ്രയോഗത്തിലും കാണിക്കുന്ന മിതത്വവും അനാർഭാടശൈലിയും ശ്രദ്ധേയമാണ്. സങ്കീർണ്ണമായ മനുഷ്യമനസ്സുകളെ ഈ കഥാകാരി സൂക്ഷ്മമായി നിരീക്ഷിക്കുന്നു. നമുക്ക് ചുറ്റും കാണുന്നവരാണ് കഥാപാത്രങ്ങളെങ്കിലും അവരുടെ ഉള്ളറകളിലേക്ക് കടന്നു ചെല്ലുമ്പോഴാണ് എത്രമാത്രം അപരിചിതമാണ് അവരുടെ മാനസികവ്യാപാരങ്ങളെന്ന് നാം അറിയുക.

സാധാരണമനുഷ്യരുടെ അസാധാരണജീവിതം അതിസാധാരണഭാഷയിൽ ആവിഷ്കരിക്കുന്നു എന്നതാണ് ഈ കഥകളെ വ്യതിരിക്തമാക്കുന്നത്. ഉപരിതലത്തിലെ ലാളിത്യത്തിന് കീഴെ എന്തുമാത്രം അഗാധതയുണ്ടെന്ന് സൂക്ഷ്മ വായനയിൽ മാത്രമേ അനുഭവിക്കാനാവൂ.

ശ്രേഷ്ഠകഥകളാണ് ഇവയെല്ലാം എന്ന അമിത പ്രശംസക്ക് ഒരുങ്ങുന്നില്ലെങ്കിലും, ശ്രേഷ്ഠകഥങ്ങളും സുജ പാറുകണ്ണിലിന്റെ കഥകളും തമ്മിലുള്ള അന്തരം തീരെ കുറവാണെന്ന് ഉറപ്പിച്ചു പറയാൻ കഴിയും. സുജ പാറുകണ്ണിൽ എന്ന കഥാകാരിക്ക് മലയാള ചെറുകഥാ രംഗത്ത് സ്വന്തമായി ഒരു ഇരിപ്പിടം ഉണ്ടാവട്ടെ എന്ന് ആശംസിക്കുന്നു.

മൂരിക്കുട്ടന്റെ പ്രണയം

എനിക്ക് ഓർമ്മവച്ച നാൾ മുതൽ കുട്ടനെ ഞാൻ കാണുന്നതാണ്. ഒന്നുകിൽ പശുക്കളെ കുളിപ്പിക്കുന്നത് അല്ലെങ്കിൽ പശുവിനു പുല്ലു പറിക്കുന്നത്. അതുമല്ലെങ്കിൽ എങ്കിൽ പാൽ സൊസൈറ്റിയിൽ കൊടുത്തിട്ട് വീട്ടുസാധനങ്ങളും വാങ്ങി വരുന്നത്.

കുട്ടന്റെ അപ്പൻ അവൻ സ്കൂളിൽ പഠിക്കുമ്പോഴേ മരിച്ചു. അതോടെ അവന്റെ പഠിത്തം നിന്നു. അവൻ അന്തർമുഖനായി. അപ്പന്റെ പശുക്കൾ ആയി കുട്ടന്റെ കൂട്ട്. പശുക്കളെ വളർത്തി അവൻ ഒരുപാട് കാശ് ഉണ്ടാക്കുന്നത് കണ്ട്അസൂയ പൂണ്ട് അല്പം 'ചൊറിച്ചിലിന്റെ അസുഖം' ഉള്ള നാട്ടുകാർ, എപ്പോളും പശുക്കളോടൊപ്പം കഴിയുന്ന കുട്ടന് 'മൂരി' എന്ന ഇനിഷ്യൽ ചേർത്തു വിളി തുടങ്ങി. കുട്ടൻ അങ്ങനെ നാട്ടുകാർക്കു മൂരിക്കുട്ടൻ ആയി. കുട്ടൻ അതൊന്നും മൈൻഡ് ചെയ്തതേയില്ല. പശുവിനെ വളർത്തുന്നതും കാശ് ഉണ്ടാക്കുന്നതും പൂർവ്വാധികം ഭംഗിയായി ചെയ്തുപോന്നു.

പശുക്കളെ വളർത്തലും പറമ്പിലെ പണിയും.. ഒരു നിമിഷം വെറുതെയിരിക്കില്ല കുട്ടൻ. പണിയെടുത്തു പണിയെടുത്ത് അവന്റെ കൈകൾക്കു നല്ല ബലം വച്ചു. മസിലുകൾ ഉരുണ്ടു.

കുട്ടന്റെ വീടും പറമ്പും കഴിഞ്ഞാൽ ഒരു തോടാണ്. അതിനപ്പുറം ചെറിയ പാടം. അത് കഴിഞ്ഞു ബാർബർ ഗോപാലന്റെ വീട്. അതും കഴിഞ്ഞ് എന്റെ വീട്. ഗോപാലൻ നാട്ടുകാർക്കു വളരെ നല്ലവനാണ്. നന്നായി പണി എടുക്കും. ആരോടും ഒരു വഴക്കിനും പോകില്ല. പക്ഷെ മൂക്കറ്റം കള്ള് കുടിച്ചേ രാത്രി വീട്ടിലേക്കു വരൂ. ഒരുദിവസം കുടിച്ചു ബോധം കെട്ട് കടത്തിണ്ണയിൽ കിടന്നിരുന്ന ഗോപാലനിട്ട് നാട്ടിലെ ചെറുപ്പക്കാർ ഒരു പണി കൊടുത്തു. കാൽവിരലുകൾ തമ്മിൽ കൂട്ടിക്കെട്ടി മൂക്കിൽ പഞ്ഞി വച്ചു. നെഞ്ചത്ത് ഒരു റീത്തും. ഈ സംഭവം നാട്ടുകാർ നല്ലപോലെ അങ്ങ് ആഘോഷിച്ചു.

ഗോപാലനെ കാണുമ്പോൾ പാടത്തു ക്രിക്കറ്റ് കളിക്കുന്ന പിള്ളേർ 'ഓലത്തുമ്പത്തിരുന്നൂയാലാടും ചെല്ല പൈങ്കിളി, എന്റെ ബാർബർ ഗോപാലനെ പട്ട കുടിപ്പിക്കുമ്പം പാടടീ..' എന്നുറക്കെ പാടും. കള്ള് കുടിച്ചു

രാത്രിയിൽ വീട്ടിൽ വന്നു കഴിഞ്ഞാൽ പിന്നെ ഒരു മേളമാണ്. വീട്ടിൽ ചിലവിന് കൊടുക്കാത്തത് കൊണ്ട് ഗോപാലന്റെ ഭാര്യ അടുത്ത വീടുകളിൽ പണിക്കു പോകും. എന്റെ വീട്ടിലും വന്ന് അമ്മയെ സഹായിക്കാറുണ്ട്. മിക്ക ദിവസങ്ങളിലും സ്കൂളിൽ ഉച്ച ഭക്ഷണത്തിനു ഗോപാലന്റെ മക്കൾക്കും ഞങ്ങൾക്കും ഒരേ കറി ആയിരിക്കും. അമ്മയുടെ സംഭാവന.

പല വീടുകളിൽ പോകുന്നത് കൊണ്ട് എല്ലാ വീടുകളിലെയും കാര്യങ്ങൾ അവർക്കറിയാം. അതിൽ അവിഹിതം, ഒളിച്ചോട്ടം അങ്ങനെ പലതും ഉണ്ടാകും. കേൾക്കാൻ താൽപ്പര്യം ഉണ്ടെങ്കിലും എടുത്ത കൈ പുറത്തിടുന്ന ശാന്തസ്വഭാവം ഉള്ള അമ്മയെ പേടിച്ചു ഞാൻ ആ ഭാഗത്തേക്ക് അടുക്കാറില്ല. അല്ലെങ്കിൽ തന്നെ ചെയ്ത കുറ്റത്തിനും ചെയ്യാത്ത കുറ്റത്തിനും എല്ലാം അടികൊണ്ട് ഞാൻ ഒരു വഴിക്കായിരിക്കുകയാണ്. എന്തിനാ വെറുതെ.. എന്നാലും ചിലപ്പോൾ അവർ രണ്ടു പേരും കൂടി കഥ പറഞ്ഞു രസിച്ച് മുറത്തിലേക്കു അടർത്തിയിടുന്ന ചക്കച്ചുളകൾ റാഞ്ചിയെടുത്തു പറക്കാറുണ്ട് ഞാൻ. നിനക്ക് ഞാൻ വച്ചിട്ടുണ്ട്, നിന്നെ എന്റെ കയ്യിൽ കിട്ടും മുതലായ സ്ഥിരം ഡയലോഗ് അമ്മ എടുത്തു പ്രയോഗിക്കും. ചിലപ്പോൾ കയ്യിൽ കിട്ടുന്നതെടുത്ത് പുറത്തിനിട്ടെറിയും. ഗോപാലന്റെ ഭാര്യ ചില ദിവസങ്ങളിൽ പണി കഴിഞ്ഞു വരാൻ വൈകും. വിറക് ഊതി കത്തിച്ചു വേണം കഞ്ഞി വയ്ക്കാൻ. കഞ്ഞി കുടിക്കും മുൻപേ ചില ദിവസങ്ങളിൽ ഗോപാലൻ വരും. ഗോപാലന്റെ തല്ലു കൊണ്ട് ഓടുമ്പോൾ അമ്മയും മക്കളും ചിലപ്പോൾ കഞ്ഞിക്കലവും എടുത്തോണ്ടാണ് ഓടുക. അല്ലെങ്കിൽ ഗോപാലൻ എടുത്തെറിഞ്ഞു കളയും. അവർ പറമ്പിൽ വല്ല തെങ്ങിൻ കുഴിയിലുമൊക്കെ പോയി ഒളിച്ചിരിക്കും. സ്ഥിരം കലാപരിപാടി ആയതിനാൽ നാട്ടുകാർക്കു വലിയ കൗതുകം ഒന്നുമില്ല. എങ്കിലും എന്നും കാഴ്ചക്കാർ ഉണ്ടാകും. അന്നും മോശമല്ലാത്ത കാണികൾ ഉണ്ടായിരുന്നു.

അന്ന് ഗോപാലന്റെ മർദ്ദനത്തിന് ഇരയായതു മൂത്ത മകളാണ്. പാവം അത് ഒരു സുഖമില്ലാത്ത കുട്ടിയാണ്. ഇടയ്ക്കിടെ നിലത്തുവീഴും. അതുകൊണ്ട് പഠിത്തം നിർത്തി കുറെ കാലമായി വീട്ടിൽ ഇരിപ്പാണ്. ആദ്യത്തെ അടി വീഴും മുൻപേ തള്ള ഇടക്ക് കയറി. 'അവൾക്കു വയ്യാത്തതല്ലേ... തല്ലല്ലേ'. ഗോപാലനുണ്ടോ കേൾക്കുന്നു. പോത്തിനെന്ത് ഏത്തവാഴ. അടിയോടടി. പെട്ടെന്നാണ് കാഴ്ചക്കാർക്കിടയിൽ ഒരു അനക്കം. അമ്മ കണ്ടാൽ ഓടിച്ചുവിടും എന്നു പേടിച്ചു കുരുമുളക് ചെടി പടർന്ന ഒരു മരത്തിന്റെ മറവിൽ നിന്നു കാഴ്ച കണ്ടിരുന്ന ഞാൻ പതുക്കെ

എത്തി നോക്കി. കുട്ടൻ, മൂരി കുട്ടൻ. മസിലും പെരുപ്പിച്ചു മുണ്ടും മടക്കി കുത്തി ഗോപാലന്റെ നേരെ ചെന്നു. കൊടുത്തു കരണക്കുറ്റി നോക്കി ഒരെണ്ണം. വിടെടാ അവളെ എന്നു ഒരു അലർച്ചയും. ഗോപാലൻ നടുങ്ങി. പിടിവിട്ടു. കാഴ്ചക്കാരും നടുങ്ങി.

'താൻ കുറെ നാളായല്ലോ തുടങ്ങിയിട്ട്. ഇവിടെ നാട്ടുകാർക്കു കിടന്നു പൊറുക്കണ്ടേ. കുടിച്ചാൽ വയറ്റിൽ കിടക്കണം'. മൂരി ഉറഞ്ഞുതുള്ളി. 'മേലാൽ ശബ്ദം പുറത്തു കേട്ടാൽ കാല് ഞാൻ വെട്ടും പറഞ്ഞേക്കാം.'

മൂരി തല ഉയർത്തിപ്പിടിച്ചു തിരിഞ്ഞു നടന്നു. ഇങ്ങനൊരു ട്വിസ്റ്റ് പ്രതീക്ഷിക്കാത്തതു കൊണ്ടാവും കാണികളുടെ അമ്പരപ്പ് മൂരി പോയിട്ടും വിട്ടു മാറിയില്ല. എനിക്ക് ഉറക്കെ കയ്യടിക്കണം എന്നും തുള്ളിച്ചാടണം എന്നും തോന്നി.

ഭാര്യയെയും മക്കളെയും എടുത്തിട്ട് ഇടിക്കുന്ന വില്ലൻ ഗോപാലനെ തോല്പിക്കാൻ ഒരു ഹീറോ വന്നിരിക്കുന്നു. കുട്ടൻ എനിക്കും നാട്ടുകാർക്കും ഹീറോ ആയി. പിറ്റേന്ന് രാവിലെ സ്കൂളിൽ പോകാൻ വരമ്പത്തു കൂടി പോകുമ്പോൾ പാടത്തു പുല്ലു പറിക്കുന്ന കുട്ടനെ ഞാൻ ആരാധനയോടെ നോക്കി.

ഗോപാലന്റെ വീട്ടിൽ ശ്മശാനമൂകത. ആരുമൊന്നും മിണ്ടുന്നില്ല. അയൽപക്കത്തുള്ള കാണികൾ പിറ്റേന്ന് വൈകുന്നേരമാകാൻ ആകാംക്ഷയോടെ കാത്തിരുന്നു. ഗോപാലൻ കുടിച്ചിട്ട് വരുമോ. വഴക്കുണ്ടാക്കുമോ? ഗോപാലന്റെ പട്ടി പോലും അതാണ് ചിന്തിക്കുന്നത് എന്നു തോന്നിപ്പോയി.

ഒരു ദിവസം കുടിച്ചു മറിഞ്ഞു വന്ന ഗോപാലൻ ഒരു പൊതിയുമായി ആണ് വന്നത്. പൊറോട്ടയും ബീഫും. ഓടിച്ചെന്ന പട്ടിയുടെ മുൻപിൽ അതിട്ടുകൊടുത്തു. പട്ടി ഹാപ്പി. പിറ്റേന്നു ഗോപാലൻ വന്നപ്പോൾ പട്ടി തലേ ദിവസത്തെ ഓർമ്മയിൽ ആകാം ഓടി ചെന്നു. കൊടുത്തു ഒരു തൊഴി പട്ടിക്കിട്ട്.. അതിന്റെ പിറ്റേന്നു അയാൾ വന്നപ്പോ പട്ടി സംശയിച്ചു നിന്നു. പട്ടിക്കും കൺഫ്യൂഷൻ, പൊറോട്ട ആണോ തൊഴി ആണോ? ആ പട്ടി പോലും നിശബ്ദനായി കാത്തു നിന്നു.

പിറ്റേന്ന് രാത്രി ആയി ഗോപാലൻ വന്നു. ഭാര്യ ആഹാരം വിളമ്പി. അയാൾ കഴിച്ചു. ഒന്നും മിണ്ടാതെ കൈ കഴുകി എഴുന്നേറ്റു പോയി. നിങ്ങൾ ഇടിക്കുന്നെങ്കിൽ ഇടിക്കു മനുഷ്യാ.. എനിക്ക് കിടന്നു ഉറങ്ങണം എന്ന മട്ടിൽ ഗോപാലന്റെ ഭാര്യ കുറച്ചു നേരം ചുറ്റിപ്പറ്റി നിന്നു. പിന്നെ ലൈറ്റ് ഓഫ് ആക്കി.

ശബ്ദം കേട്ടാലുടൻ ഓടി ചെല്ലാൻ റെഡി ആയി നിന്നിരുന്ന കാണി

കൾ നിരാശർ ആയി പിൻവാങ്ങി. പ്രത്യേകതകൾ ഒന്നുമില്ലാതെ ദിവസങ്ങളും മാസങ്ങളും കടന്നു പോയി.

ഒരു ദിവസം പ്ലാവിൽ ചക്ക ഇടാൻ കയറിയ എന്റെ ആങ്ങള പ്ലാവിന് മുകളിൽ ഇരുന്നു വിളിച്ചു കൂവി. 'അമ്മേ ദേ പൂർണിമ പെടന്നു'. ഞങ്ങളുടെ നാട്ടിൽ കാറ്റത്തു മരം വീഴുമ്പോൾ മരം പെടന്നു എന്നു പറയാറുണ്ട്. ഗോപാലന്റെ മൂത്ത മോൾ വീണത് കണ്ടിട്ടാണ് അവൻ അങ്ങനെ വിളിച്ചു കൂവിയത്.

ഗോപാലന്റെ ഭാര്യയും മക്കളും വന്നു അവളെ എഴുന്നേൽപ്പിച്ചു കൊണ്ടുപോയി. കുറച്ചു കഴിഞ്ഞതും ദാ വരുന്നു ഗോപാലന്റെ ഭാര്യ പൊട്ടിക്കരച്ചിലോടെ എന്റെ വീട്ടിലേക്ക്. 'എല്ലാം പോയി മറിയാമ്മ ചേടത്തിയെ, ഇനി എനിക്ക് ജീവിക്കണ്ടായേ..' നിലവിളികേട്ട് കാര്യം അറിയാൻ ഓടി ചെന്ന എന്നെ അമ്മ മൂന്നാം തൃക്കണ്ണ് തുറന്നു രൂക്ഷമായി നോക്കി. ഭസ്മം ആയാലോ എന്നു വിചാരിച്ചു ഞാൻ പിൻവലിഞ്ഞു. വെറുതെ സംഹാരതാണ്ഡവം ആടിക്കണ്ട. എന്നാലും എന്തായിരിക്കും? കുറെ കഴിഞ്ഞു അവരെ ആശ്വസിപ്പിച്ചുകൊണ്ട് അമ്മയും കൂടെ പോകുന്നതുകണ്ടു.

സന്ധ്യ ആയപ്പോൾ എന്റെ അപ്പൻ വന്നു. അമ്മ എന്തോ അപ്പനോട് പറയാൻ മുട്ടി നിൽക്കുവാണെന്ന് എനിക്ക് മനസ്സിലായി. ഗോപാലന്റെ വീട്ടിലെ കാര്യം തന്നെ. പതിവില്ലാതെ അന്ന് ഞങ്ങൾക്ക് നേരത്തെ അത്താഴം തന്നു. കഴിച്ചു കഴിഞ്ഞതും പോയി കിടന്നു ഉറങ്ങിക്കോണം എന്നൊരു ഉഗ്രശാസനയും. കേട്ട പാതി കേൾക്കാത്ത പാതി ഞാൻ മുറിയിൽ കയറി കട്ടിലിൽ ഇടം പിടിച്ചു. കുറെ കഴിഞ്ഞു അമ്മ മുറിയിലേക്കു വന്നു. ഉറങ്ങിയോ എന്നറിയാനുള്ള വരവാണ്. ഞാൻ കണ്ണുകൾ ഇറുക്കി അടച്ചു. ഞാൻ എപ്പോഴേ ഉറങ്ങി. വേണമെങ്കിൽ അരമണിക്കൂർ നേരത്തെ ഉറങ്ങാം അമ്മേ എന്ന മട്ടിൽ കിടന്നു. അമ്മ മുറി വിട്ടു പോയി. ഞാൻ ചെവി വട്ടം പിടിച്ചു. അമ്മ അപ്പനോട് കാര്യം പറയുവാണ്.

ഗോപാലന്റെ മൂത്ത മകൾ പൂർണിമ ഗർഭിണിയാണത്രേ. കല്യാണം കഴിയാത്ത പൂർണിമയോ ഞാൻ അന്തം വിട്ടു. അതെങ്ങനെ?

'ഇനി ഗോപാലൻ വരുമ്പോൾ എന്താകുമോ' അമ്മയുടെ ആത്മഗതം ഞാൻ കേട്ടു. ഒന്ന് രണ്ടു ദിവസം കഴിഞ്ഞു പോയി. പെട്ടെന്ന് ഒരു ദിവസം ഗോപാലന്റെ അലർച്ച കേട്ടു. എല്ലാവരും ഓടിച്ചെന്നു. ഇന്നും ഇര പൂർണിമ തന്നെ. എന്നത്തേയും പോലെ അല്ല. ഇന്ന് കയ്യിൽ വെട്ടുകത്തി ഉണ്ട്. ഭാര്യയും ഇളയ മക്കളും വട്ടം പിടിക്കുന്നുമുണ്ട്. 'കൊല്ലല്ലേ അച്ഛാ

കൊല്ലല്ലേ ഒന്നും ചെയ്യല്ലേ..' അതുങ്ങൾ കാറി കൂവി കരയുന്നു.

പെട്ടെന്നാണ് ഞാൻ കണ്ടത്, വരുന്നു .'ഹീറോ'. കുട്ടൻ വരുന്നു. മൂരി കുട്ടൻ. കുട്ടൻ ഓടി വന്നു വെട്ടുകത്തിക്കു പിടുത്തം ഇട്ടു. 'കുട്ടാ വിടാനാണ് പറഞ്ഞത്. ഇത് എന്റെ കുടുംബ കാര്യം ആണ്. ഇതിൽനീ ഇടപെടേണ്ട'. ഗോപാലൻ കുട്ടനെ തള്ളി മാറ്റി.

'തന്റെ കുടുംബ കാര്യം ആണോ? ആരു പറഞ്ഞു. ഇത് എന്റെ കാര്യം ആണ്'. കുട്ടൻ പൂർണിമയുടെ കയ്യിൽ പിടിച്ചു എന്നിട്ട് പറഞ്ഞു. 'ഇവ ളുടെ വയറ്റിൽ കിടക്കുന്നതേ എന്റെ കൊച്ചാ..' കുട്ടൻ വീണ്ടും ഒരു ന ടുക്കം കൂടി എല്ലാവർക്കും സമ്മാനിച്ചു.

ഇതെപ്പോ ഞാൻ അന്തം വിട്ടു. വീടുവിട്ട് പൂർണിമ എങ്ങും പോയി ഞാൻ കാണാറില്ല. പശുക്കളെ വിട്ടു കുട്ടനും. പിന്നെ എങ്ങനെ?

മല മുഹമ്മദിന്റെ അടുത്ത് വന്നോ മുഹമ്മദ് മലയുടെ അടുത്ത് ചെന്നോ? അമ്പരന്നു നിന്ന ഞങ്ങൾ ആ കാഴ്ച കണ്ടു. പൂർണിമ കുട്ട നെ കെട്ടിപ്പിടിച്ചു പൊട്ടിക്കരയുന്നു. അവൻ അവളെ ചേർത്തു പിടിക്കു ന്നു. ഇവനും ഒരു ഹൃദയമോ? മൂരി എന്നു നാട്ടുകാർ വിളിപ്പേരിട്ട്, ഇരു കാലേ ഉള്ളെങ്കിലും നാൽക്കാലി ആയി മാത്രം പരിഗണിച്ചിരുന്ന കുട്ടൻ. അവനും ഒരു പ്രണയമോ? ഞാൻ വാ പൊളിച്ചു നിന്നു.

'വാ പോകാം.' കുട്ടൻ അവളുടെ കൈ പിടിച്ചു നടന്നു. പിന്നെ തിരിഞ്ഞു നിന്നു ഗോപാലന്റെ ഭാര്യയോട് പറഞ്ഞു. 'ഇവളുടെ ആധാർ കാർഡ് ഇങ്ങെടുത്തുതാ. ഇനി അതില്ലാഞ്ഞിട്ടു കുഴപ്പം വേണ്ട. പ്രായ പൂർത്തി ആയില്ലെന്നു ആരേലും പറഞ്ഞാലോ?' അവർ അനങ്ങാതെ നിൽക്കുന്നത് കണ്ടതും മൂരി പൊട്ടിത്തെറിച്ചു. 'ചെവി കേട്ടുകൂടെ തള്ളേ. എടുത്തോണ്ട് വാ'.

നടുക്കത്തിൽ നിന്നുണർന്നു അവർ അകത്തേക്ക് ഓടി. തിരികെ വന്ന പ്പോൾ കൊണ്ടുവന്ന കാർഡ് വാങ്ങി മൂരി പോക്കറ്റിൽ വച്ചു. പിന്നെ അ വളുടെ കയ്യും പിടിച്ചു ഹീറോയെ പോലെ നടന്നു പോയി.

പെണ്ണ്

സുഹൃത്തുക്കളുടെ ആഹ്ലാദാരവങ്ങൾക്കിടയിലായിരുന്നു അലനും നിമ്മിയും. രണ്ടാളും രജിസ്റ്റർ വിവാഹം കഴിഞ്ഞിറങ്ങിയതാണ്.

അലന്റെ രണ്ടാം വിവാഹമാണിത്. ആദ്യവിവാഹം ഉയർന്ന ഉദ്യോഗവും പണവും സമ്പത്തുമൊക്കെ വരുന്നതിന് മുമ്പ് അന്നത്തെ സൗകര്യത്തിന് അനുസരിച്ചുള്ളതായിരുന്നു.

പിന്നീട് അലൻ അതിൽ എപ്പോഴും കുണ്ഠിതപ്പെട്ടു. അപ്പോഴാണ് നിമ്മി അയാളുടെ ഓഫീസിൽ ചാർജ്ജ് എടുക്കുന്നതും അവർ തമ്മിൽ അടുക്കുന്നതും.

ഇത്തിരി പ്രായക്കൂടുതലും കുറച്ചു കുടവയറും ഉണ്ടെങ്കിലും അവന്റെ ഉയർന്ന ഉദ്യോഗത്തിന്റേയും പണക്കൊഴുപ്പിന്റേയും മുന്നിൽ അതൊന്നും ഒരു കുറവുകളായി അവൾക്ക് തോന്നിയില്ല.

അലൻ സോഫിയെ ഒഴിവാക്കി നിമ്മിയെ കെട്ടി. അതിന്റെ ആഘോഷങ്ങളാണ് നടന്നുകൊണ്ടിരിക്കുന്നത്. അലനും നിമ്മിയും സുഹൃത്തുക്കളോടൊപ്പം ചാഞ്ഞും ചെരിഞ്ഞും സെൽഫി എടുക്കുന്നതിനിടയിലാണ് സ്റ്റെപ്പുകൾക്ക് താഴെ ഒരു കാർ വന്നു നിന്നത്. ഡ്രൈവിംഗ് സീറ്റിന്റെ ഡോർ തുറന്ന് ഒരു യുവതി പുറത്തിറങ്ങി. ജീൻസും ടോപ്പും വേഷം. സ്ട്രൈറ്റനിംഗ് ചെയ്ത മുടി കാറ്റിൽ പാറിപ്പറക്കുന്നു. കാറിന്റെ ബാക്ക് ഡോർ തുറന്ന് ഒരു ബൊക്കെ കയ്യിലെടുത്ത് ചെറിയ പുഞ്ചിരിയോടെ അവൾ അവർക്ക് നേരെ നടന്നുവന്നു. ആളെ തിരിച്ചറിഞ്ഞ അവരെല്ലാവരും ഒന്നു ഞെട്ടി. സോഫി! ഇവൾ എന്തിനാണ് ഇപ്പോൾ ഇങ്ങോട്ട് വന്നത്? അലൻ മനസ്സിൽ വ്യാകുലപ്പെട്ടു. അതിനേക്കാളേറെ അവനെ അതിശയിപ്പിച്ചത് അവളുടെ മാറ്റമാണ്. തന്റെ വീട്ടിലെ അടുക്കളയിൽ മുഷിഞ്ഞ വേഷവും വാരിക്കെട്ടിയ മുടിയും എപ്പോഴും കയ്യിലൊരു കത്തിയോ തവിയോ ആയി നിന്നിരുന്നവൾ ഇപ്പോഴിതാ ഒരു സിനിമാ താരത്തേക്കാളും സ്റ്റൈലിൽ. അവന് വിശ്വസിക്കാൻ കഴിഞ്ഞില്ല.

സോഫി അവർക്ക് അടുത്ത് വന്നു പുഞ്ചിരിയോടെ പറഞ്ഞു 'എന്നെ വിളിച്ചില്ലെങ്കിലും ഞാൻ വന്നു കേട്ടോ.. Congrats'. ബൊക്കെ അവരുടെ കയ്യിലേക്ക് കൊടുത്തു. പിന്നെ സുഹൃത്തുക്കളെ നോക്കി, 'ആഹാ

എല്ലാവരും ഉണ്ടല്ലോ. കൂട്ടുകാർ ആയാൽ ഇങ്ങനെ വേണം'. അത് അവൾ തങ്ങൾക്കിട്ട് ഒന്നു കുത്തിയതാണെന്ന് അവർക്ക് തോന്നി. കാരണം അവൾ ഉണ്ടാക്കുന്ന ആഹാരം രുചിയോടെ വയറു നിറച്ച് വെട്ടിവിഴുങ്ങി യിട്ടുള്ളവരാണ് അവരിൽ പലരും. സോഫി ചിരിയോടെ നിമ്മിയെ നോക്കി. 'നിമ്മി.. ഒരു മിനിറ്റ് ഒന്നു വരുമോ?' സോഫി നിമ്മിയെ വിളിച്ചു. നിമ്മി ആശങ്കയോടെ അലനെ നോക്കി. എന്നിട്ട് മനസ്സില്ലാമനസ്സോടെ സോഫിയോടൊപ്പം ചെന്നു.

'നിമ്മി സത്യത്തിൽ ഞാൻ നിന്നോട് നന്ദി പറയാൻ വന്നതാണ്, എനിക്കൊരു പുനർജന്മം തന്നതിന്. ലോകം ഇത്ര സുന്ദരമാണെന്നും ഇവിടെ ഇത്ര സന്തോഷത്തോടെ ജീവിക്കാൻ കഴിയുമെന്നും എനിക്ക് ഇപ്പോഴാണ് മനസ്സിലായത്. പണ്ടൊക്കെ എന്റെ അച്ഛനേയും അമ്മയേയും ഒന്നു കാണാൻ പോകണമെങ്കിൽ ഒരു മാസം ഞാൻ അനുവാദം ചോദിച്ച് പുറകേ നടക്കണമായിരുന്നു. ഇപ്പോൾ ഞാൻ സ്വന്തമായി ജോലി ചെയ്യുന്നു, പൈസ ഉണ്ടാക്കുന്നു, യാത്രകൾ ചെയ്യുന്നു എന്റെ ജീവിതം ഞാൻ സന്തോഷത്തോടെ ജീവിക്കുന്നു. നിമ്മിയോട് എനിക്ക് വളരെ നന്ദിയുണ്ട്. ഞാൻ പോട്ടെ. ഓ.. പറയാൻ വന്ന കാര്യം മറന്നു പോയി'. സോഫി പെട്ടന്ന് തിരിഞ്ഞു നിന്നു. 'രാത്രി മുഴുവൻ സ്കൂട്ടർ സ്റ്റാർട്ട് ചെയ്യും പോലെ വൃത്തികെട്ട കൂർക്കം വലിക്കുന്ന ഈ കുടവയറനെ എന്റെ തലയിൽ നിന്ന് ഒഴിവാക്കി തന്നതിന് പ്രത്യേകം നന്ദി.' അത് കേട്ടതും നിമ്മിയുടെ മുഖത്തെ ചോര വറ്റി. അവൾ വിളറിപ്പോയി. എന്താണ് സംഭവിക്കുന്നതെന്ന് മനസ്സിലാകാതെ നിന്ന അലനും കൂട്ടു കാരും നിമ്മിയുടെ ഭാവമാറ്റം ശ്രദ്ധിച്ചു. അലന്റെ മനസ്സിൽ ഒരു ആശങ്ക പടർന്നു. സോഫി ചിരിയോടെ തന്നെ കൈവിശി എല്ലാവരോടും യാത്ര പറഞ്ഞ് കാറിൽ കയറി റിവേഴ്സ് എടുത്ത് ഓടിച്ചു പോയി.

'അവൾ എന്താണ് പറഞ്ഞത്?' അലൻ നിമ്മിയോട് ചോദിച്ചു. 'ഒന്നു മില്ല' നിമ്മി ഒഴിഞ്ഞു മാറി. അത്രനേരം ഉണ്ടായിരുന്ന ആ സന്തോഷ ത്തിന്റെ ഫ്ളോ അങ്ങ് പോയപോലെ. കൂട്ടുകാർ ആ സാഹചര്യം വേണ്ട പോലെ കൈകാര്യം ചെയ്തു. അവർ ഹോട്ടലിൽ ഫുഡ് അറേഞ്ച് ചെയ്തിരുന്നു. എല്ലാവരും കൂടി അങ്ങോട്ടേക്ക് പോയി. ഇതേസമയം അഡ്വക്കേറ്റ് നിഷിയുടെ മുമ്പിലിരുന്ന് അന്നുണ്ടായ സംഭവങ്ങൾ വിവ രിക്കുകയായിരുന്നു സോഫി. നിഷിക്ക് ചിരി അടക്കാൻ കഴിഞ്ഞില്ല. 'പെണ്ണ് ഒരുമ്പെട്ടാൽ ബ്രഹ്മനും തടുക്കാൻ പറ്റില്ലായെന്ന് പറയുന്നത് എത്ര ശരിയാണ്. നീ നല്ല പണിയാണല്ലോ അവനിട്ട് കൊടുത്തത്. ഇനി നമ്മൾ ആയിട്ട് ഒന്നും ചെയ്യണ്ട കയ്യും കെട്ടി നോക്കിയിരുന്നാൽ മതി.

അവന്റെ ജീവിതം കോഞ്ഞാട്ടയായിക്കോളും'.

'അയാൾ എന്നോട് ചെയ്തതിന് ഇത്രയെങ്കിലും ഞാൻ ചെയ്യേണ്ടേ മേഡം?' വിവാഹമോചനവും കഴിഞ്ഞ് നിസ്സഹായയായി തന്റെ മുന്നിൽ നിന്ന സോഫിയെ അഡ്വക്കേറ്റ് നിഷി ഓർത്തു. ചെറിയൊരു സപ്പോർട്ട് കൊടുത്തതേയുള്ളൂ... അവൾ വളർച്ചയുടെ പടവുകൾ ഓടിക്കയറി.

സ്ത്രീകളുടെ ഉന്നമനത്തിനു വേണ്ടി പ്രവർത്തിക്കുന്ന സംഘടനയിലെ പ്രവർത്തക കൂടിയാണ് അഡ്വക്കേറ്റ് നിഷി.

അലനേയും നിമ്മിയേയും വീട്ടിലാക്കി കൂട്ടുകാർ പിരിഞ്ഞു. നിമ്മിയുടെ മ്ലാനമായ മുഖത്തേക്ക് നോക്കി അലൻ വീണ്ടും ചോദിച്ചു 'അവളെന്താ പറഞ്ഞത്... ഞാൻ അറിയണ്ടേ... എന്നോട് പറ.' അവൻ നിർബന്ധിച്ചു. സോഫി പറഞ്ഞ കാര്യങ്ങൾ നിമ്മി അലനോട് പറഞ്ഞു. മുഖത്ത് അടിയേറ്റ പോലെ അലൻ ഇരുന്നു. അവൾ മർമ്മത്ത് തന്നെ അടിച്ചിരിക്കുന്നു. ഇത് തന്റെ ജീവിതത്തെ ബാധിക്കും, ഉറപ്പ്. വയർ ചാടുന്നു നടക്കാൻ എങ്കിലും പോ എന്ന് അവൾ എന്നും നിർബന്ധിക്കുമായിരുന്നു. താൻ മൈൻഡ് ചെയ്യാറില്ലായിരുന്നു. അതുപോലെ എന്തൊരു കൂർക്കംവലി എന്ന് അവൾ ഇടയ്ക്കിടെ പരാതി പറയാറുണ്ടായിരുന്നു. ഇതിനൊക്കെ പുറമേ നിമ്മിക്ക് അറിയാത്ത മറ്റൊന്ന് കൂടി ഉണ്ട്. മുടി മുഴുവൻ ഡൈ ആണ് തന്റെ ജീവിതം തകർന്ന് പോകുമോ എന്ന് അവൻ വ്യാകുലപ്പെട്ടു. 'ഓഹോ അവൾ എനിക്ക് പണി തരാൻ വന്നതാണോ?'

അലൻ പല്ല് ഞെരിച്ചു. 'പോട്ടെ അത് വിട്ടേക്ക് , ഞാൻ അത് വിട്ടു.' നിമ്മി അയാളെ ആശ്വസിപ്പിച്ചു. അങ്ങനെ പറഞ്ഞെങ്കിലും എന്തോ ഒരു കാർമേഘം അവളുടെ മനസ്സിൽ ഉടക്കിക്കിടന്നു. താൻ എടുത്ത തീരുമാനം തെറ്റിപ്പോയോ എന്ന ആശങ്കയിൽ രാത്രി ഉറങ്ങാതെ കിടന്ന നിമ്മി അലന്റെ കൂർക്കംവലി അസഹ്യമായപ്പോൾ പുതപ്പും തലയിണയും എടുത്ത് അപ്പുറത്തെ റൂമിലേക്ക് പോയി.

കുറച്ചു നാളുകൾക്ക് ശേഷം അലന്റെ രണ്ടാമത്തെ വിവാഹ മോചന വാർത്ത അറിഞ്ഞ് അഡ്വക്കേറ്റ് നിഷി സോഫിയെ വിളിച്ചു. 'എന്താണ് മേഡം ഈ സമയത്ത്?' അഡ്വക്കേറ്റ് നിഷി കാര്യം പറഞ്ഞു. 'ഓ അതാണോ? അയാളുടെ ജീവിതം അയാൾ എങ്ങനെയേലും ജീവിക്കട്ടെ. ഞാൻ പുതിയ പ്രോജക്ടിന്റെ പിന്നാലെയാണ്. അതു വിജയിപ്പിച്ചെടുക്കണം. വൈകുന്നേരം വിളിക്കാം.' അവൾ ഫോൺ വെച്ചു. നിഷി പുഞ്ചിരിച്ചു. എന്നിട്ട് മനസ്സിൽ പറഞ്ഞു ഇവളാണ് പെണ്ണ്. അതിനു ശേഷം തന്റെ ക്യാബിനിലേക്ക് പുതിയതായി കടന്നു വന്ന യുവതിക്ക് പറയാനുള്ളത് കേൾക്കാൻ തയ്യാറായി ഇരുന്നു.

വായില്ലാ തുമ്പികൾ

വിശപ്പിന്റെ വിളി തുടങ്ങിയിട്ട് കുറച്ചു നേരം ആയി, രാവിലെ ഒരു ഓന്ത് ഫ്രൈയും കഴിച്ചു ഇറങ്ങിയതാണ് (ഗൾഫിൽ കിട്ടുന്ന ഒരു ഉണങ്ങിയ സാൻവിച്ചിനു ഞാൻ ഇട്ട പേരാണ്). ഞാൻ രമേഷിനെ നോക്കി, അവൻ ബ്രേക്ക് റൂമിലേക്ക് പോകുന്ന ഫിലിപ്പിനി പെൺകുട്ടികളെ നോക്കി നിൽക്കുന്നു. എന്റെ നോട്ടം കണ്ടാകണം അവന്റെ ചുണ്ടിൽ ഒരു ചിരി വിടർന്നു, എന്താടാ ഒരു കള്ള നോട്ടം, എന്റെ പൊന്നേ ഒന്നുമില്ല ഈ തൊലി വെളുപ്പേ ഉള്ളു എല്ലാം വക്ക് പൊട്ടിയതും കണ ഒടിഞ്ഞതും പിച്ചാത്തിക്ക് പിടി പോയതും ആണ്. അല്ലെങ്കിൽ തന്നെ എന്റെ ഒരു മാസത്തെ സാലറി അവളുമാർക്ക് ലിപ്സ്റ്റിക് വാങ്ങാൻ തികയില്ല. പിന്നല്ലേ എന്തിനാ വെറുതെ, അവൻ ചിരിച്ചു. പോക്കറ്റിൽ ഫോൺ കിടന്നു വിറക്കുന്നു. ആരാണാവോ ഈ സമയത്ത്? ഡ്യൂട്ടി ടൈമിൽ ആരും അങ്ങനെ വിളിക്കാറില്ല. വീണ്ടും വീണ്ടും കാൾ വരുന്നു, ആരാണ് ഇത്ര അത്യാവശ്യമായി, ചുറ്റും നോക്കി, സൂപ്പർവൈസർ മിസരി (ഈജിപ്ഷ്യൻ) ഇവിടെ എങ്ങാനും ഉണ്ടോ? അല്ലെങ്കിൽ തന്നെ അവനു ഇന്ത്യക്കാരെ അത്ര പിടുത്തം അല്ല, മലയാളി മാഫിയ എന്നാണ് അവൻ പറയുന്നത്, പതിയെ ഗ്ലാസ് ഡോർ തുറന്നു പുറത്തിറങ്ങി, ചൂട് പൊടി കാറ്റു മുഖത്തേക്ക് വീശി അടിച്ചു, അത് കാര്യം ആക്കാതെ ഫോൺ എടുത്തു നോക്കി. മൂന്നു മിസ്സ്ഡ് കാൾ അളിയൻ രാജേഷ് ആണല്ലോ തിരിച്ചു വിളിച്ചു.

"അളിയാ നമ്മുടെ ദീപു മോനു ചെറിയ ഒരു ആക്സിസിഡന്റ്."

കേട്ടതെ കയ്യും കാലും വിറച്ചു പോയി.

"പേടിക്കാൻ ഒന്നും ഇല്ല അളിയാ. കാലിൽ ഒരു ഫ്രാക്ച്ചർ ഉണ്ട് ഞാൻ അവന്റെ കയ്യിൽ കൊടുക്കാം."

"ഹലോ അച്ഛാ എനിക്ക് കുഴപ്പം ഒന്നുമില്ല, പേടിക്കേണ്ട."

അവന്റെ സ്വരം കേട്ടപ്പോൾ ആണ് ശ്വാസം നേരെ വീണത്.

"ഡ്യൂട്ടി കഴിഞ്ഞു വിളിക്കാം മോനെ", ഫോൺ കട്ട് ചെയ്തു, വിയർപ്പു ചാലിട്ട് ഒഴുകി കാല്വരെ എത്തി ശരീരം വെന്തുരുകുന്നു, എന്തൊരു ചൂട്? അറബികളുടെ സ്വഭാവം പോലെ ആണ് കാലാവസ്ഥയും എന്ന്

പറയും. പെട്ടെന്ന് മാറും, എത്ര പെട്ടെന്നാണ് തണുപ്പ് മാറി ചൂട് തുടങ്ങിയത്. വല്ലാത്ത ഒരു ഉൾഭയം. ചിന്നുവിനെ പോലെ അല്ല ദീപു. അവളുടെ അമ്മ പറയുന്നത് കൈതമുള്ളു പോലെ ആണ് അവളുടെ സ്വഭാവം എന്നാണ്. മേലോട്ടും ഉഴിയാൻ വയ്യ താഴോട്ടും ഉഴിയാൻ വയ്യ. മുൻകോപം ആണ്. ദീപു വളരെ മര്യാദക്കാരൻ ആണ്. ഒരു കുഴപ്പത്തിനും പോകാറില്ല, തന്റെ പ്രയാസങ്ങൾ നന്നായി അവനറിയാം, എഞ്ചിനീയറിങ് അവസാന വർഷമാണ്. കഴിഞ്ഞ തവണ നാട്ടിൽ ചെന്നപ്പോളും അവൻ പറഞ്ഞു 'എന്റെ പഠിപ്പ് ഒന്ന് കഴിഞ്ഞോട്ടെ അച്ഛാ.. ഞാൻ അങ്ങ് വരില്ലേ. പിന്നെ അച്ഛന് പൊറോട്ടക്ക് പെയിന്റ് അടിക്കേണ്ടി വരില്ല.' (കഫ്റ്റീരിയയിൽ നിന്ന് പൊറോട്ട വാങ്ങിയാൽ കറി വാങ്ങാറില്ല. പകരം അവര് അതിൽ ചാറു തേച്ചു തരും. അത് ചുരുട്ടി സാൻവിച്ചു പോലെ കഴിക്കും. അത് ഒരിക്കൽ അവനോട് പറഞ്ഞു അതിനാണ്.) ഞാൻ വന്നാൽ ഉടൻ തന്നെ അച്ഛനെ നാട്ടിലേക്കു വിടും. അച്ഛൻ ഇവിടെ ഇഷ്ടമുള്ളത് ഒക്കെ കഴിച്ചു അമ്മയുടെയും ചിന്നുമോളുടെയും കൂടെ സന്തോഷമായി ഇരിക്കണം. ആ മോൻ ആണ് എക്സാം അടുത്ത് വരുന്ന ഈ സമയത്തു.. അയാൾക്ക് ആധി കയറി. ഈശ്വരാ പരീക്ഷിക്കരുതേ.

"എന്തു പറ്റിയെടാ.." രമേശൻ ആണ്,

കാര്യം പറഞ്ഞപ്പോൾ അവൻ അശ്വസിപ്പിച്ചു.

"നീ അവനോടു സംസാരിച്ചില്ലേ. ഒന്നും പേടിക്കേണ്ട." കുറച്ചു കഴിഞ്ഞപ്പോൾ അവൻ പുറത്തേക്കു പോകുന്നതു കണ്ടു. നാട്ടിൽ വിളിച്ചു വിവരം അറിയാൻ ആണ്. രണ്ടു വീട്ടുകാരും തമ്മിൽ വലിയ സ്നേഹത്തിലാണ്. അവന്റെ വൈഫ് സുനന്ദ ഇപ്പോൾ ഹോസ്പിറ്റലിൽ എത്തിയിട്ടുണ്ടാവും.

തിരിച്ചു വന്ന അവന്റെ മുഖത്തു ആശ്വാസഭാവം. ഡ്യൂട്ടി കഴിഞ്ഞു ഇറങ്ങിയ ഉടനെ നാട്ടിൽ വിളിച്ചു. മോന് കുഴപ്പമൊന്നും ഇല്ല. സമാധാനമായി.

ബസിൽ ഇരുന്നപ്പോൾ രമേശൻ പറഞ്ഞു, "നമുക്ക് മുറബ്ബ സിഗ്നലിൽ ഇറങ്ങാം, ലുലുവിൽ ഒന്ന് കയറാം. കുറച്ചു സാധനങ്ങൾ വാങ്ങണം, അവൻ എന്തൊക്കെയോ വാങ്ങുന്നു അവന്റെ പുറകെ വെറുതെ നടന്നു. ഫ്രൂട്ട്സ് സെക്ഷനിൽ എത്തിയപ്പോൾ ഒരു ചക്ക പ്രൈസ് സ്റ്റിക്കർ ഒട്ടിച്ചു വച്ചിരിക്കുന്നു. വില കണ്ടതും ഞെട്ടി, രമേശൻ ചിരിച്ചു.

"അങ്ങോട്ട് നോക്കേണ്ട മോനെ, എന്നേലും നാട്ടിൽ ചെല്ലുമ്പോൾ കൊതിതീരെ തിന്നാം. വിധി ഉണ്ടെങ്കിൽ. പെട്ടിയുമായി പോകുമോ പെട്ടിയിൽ കയറി പോകുമോന്നു ആർക്കറിയാം. അല്ലെങ്കിൽ തന്നെ. നമ്മ

ളൊക്കെ വായില്ലാ തുമ്പികൾ അല്ലേ. നടക്കുമോന്നു ആർക്കറിയാം."

"വായില്ലാ തുമ്പികളോ അതെന്താ അങ്ങനെ"

"അത് അറിയില്ലേ, നമ്മൾ കഷ്ടപ്പെട്ടു പൈസ ഉണ്ടാക്കുന്നു, പക്ഷെ ഇഷ്ടമുള്ളത് എന്തേലും കഴിക്കാൻ പറ്റുന്നുണ്ടോ? നമ്മൾ നല്ല വീട് പണിയിക്കുന്നു, അവിടെ കിടന്നു ഉറങ്ങാൻ പറ്റുന്നുണ്ടോ? അങ്ങനെ പലതും, അതാ ഞാൻ പറഞ്ഞത് നമ്മൾ വായില്ലാ തുമ്പികൾ ആണെന്ന്. ഒന്നും അനുഭവിക്കാൻ യോഗം ഇല്ലാത്തവർ. പ്രവാസികളുടെ വിധി അങ്ങനെ ആണ് മോനെ. അല്ല മനോജേ, ഈ യൂസഫ് അലി ഒരുപാട് നല്ല കാര്യങ്ങൾ ചെയ്യുന്ന ആളല്ലേ? മലയാളിയുടെ സ്വന്തം പഴം ആയ ചക്ക മലയാളികൾക്ക് എങ്കിലും വില കുറച്ചു തരാൻ അങ്ങേരോട് പറഞ്ഞാലോ?"

"എന്നാൽ നീ ഇവിടെ നിന്ന് അങ്ങേരെ കണ്ടു പറഞ്ഞിട്ട് വന്നാൽ മതി. അങ്ങേരുടെ ഷോപ്പ് ആണെങ്കിലും അങ്ങേരു ഇവിടെയൊക്കെ വരുമോ?" രമേശനു സംശയം.

"ഇങ്ങനെ ഒരു പൊട്ടൻ. വരുന്നുണ്ടോ നീ"

ബിൽ അടിക്കാൻ കൗണ്ടറിൽ ഇരുന്ന ഫിലിപ്പിനിപെണ്ണ് ക്യാഷ് വാങ്ങി സാധനങ്ങൾ കവറിൽ ഇട്ടു കൊടുക്കുമ്പോൾ രമേശൻ അവൾക്കു ഒരു ചിരി സമ്മാനിച്ചു. അവൾ തിരിച്ചും. ഇവൻ എന്താണ് ഇങ്ങനെ. ഫിലിപ്പിനോകളെ കാണുമ്പോൾ ഗ്രഹണി പിടിച്ച പിള്ളേർ ചക്ക കൂട്ടാൻ കണ്ട മാതിരി.

നാളെ വെള്ളിയാഴ്ച അവധി ആയതുകൊണ്ട് റൂമിൽ എത്താൻ തിരക്ക് വേണ്ട, റോഡരികിലെ മരച്ചുവട്ടിലെ ബെഞ്ചിൽ രണ്ടാളും ഇരുന്നു.

"നീ ഇരിക്ക് ഞാൻ ദാ വരുന്നു."

രമേശൻ അടുത്തുള്ള കടയിൽ നിന്നും രണ്ടു കരക് ടീ (മസാല ചായ) വാങ്ങി വന്നു. അടുത്തുള്ള അറബിക് റെസ്റ്റോറന്റിന് മുൻപിൽ 'മുഴുവൻ കോഴി' കമ്പിയിൽ തിരിയുന്നു.

"എടാ നമുക്കൊരു നരകത്തിൽ കോഴി വാങ്ങിച്ചാലോ?"

"വേണ്ടെടാ ഒരു മൂഡ് ഇല്ല."

"ദീപുവിനെ ഓർത്തിട്ടാണോ? അവനു കുഴപ്പം ഒന്നുമില്ലെടാ. ഞാൻ സുനന്ദയെ വിളിച്ചാരുന്നു. നീ വിഷമിക്കണ്ട."

അവന്റെ കൂടെ റൂമിലേക്ക് നടക്കുമ്പോൾ ഇത്ര നല്ല ഒരു കൂട്ടുകാരനെ തന്നതിന് ദൈവത്തിനു നന്ദി പറഞ്ഞു.

ഉറക്കത്തിൽനിന്നും കണ്ണ് തുറന്നു നോക്കുമ്പോൾ ഫോൺ മിന്നുന്നു.

സൈലന്റിൽ ഇട്ടിരുന്നതുകൊണ്ട് റിങ് ചെയ്യുന്നത് കേട്ടില്ല. ആരാണ് ഇത്ര രാവിലെ. ഫോൺ എടുത്തു നോക്കി. അളിയൻ രാജേഷ്. അപ്പുറത്തെ ബെഡിലേക്ക് നോക്കി, രമേശൻ ഉറക്കം ആണ്. ഫോൺ എടുത്തു പതിയെ പുറത്തിറങ്ങി. തിരിച്ചു വിളിച്ചു.

"അളിയാ ദീപുവിന്റെ കാലിനു ഒരു ഓപ്പറേഷൻ വേണം. അച്ഛൻ വരണം എന്ന് അവൻ വാശി പിടിക്കുന്നു."

"എടാ ഞാൻ എങ്ങനെ ഇത്ര പെട്ടെന്ന്.."

"അളിയൻ ആലോചിട്ടു വിളിക്കു."

റൂമിൽ എത്തിയപ്പോൾ രമേശൻ ഉണർന്നു ഫോണും പിടിച്ചു ഇരിപ്പുണ്ട്,

"എടാ ദീപുവിന് കാലിനു ഒരു ഓപ്പറേഷൻ വേണം എന്ന്. ഞാൻ ചെല്ലാൻ അവൻ വാശി പിടിക്കുന്നു."

"നീ ഒന്ന് പോയിട്ട് വാ.." പൊട്ടി വരുന്ന കരച്ചിൽ നെഞ്ചിൽ അടക്കി രമേശൻ പറഞ്ഞു. "ഈ സമയത്തൊക്കെ അല്ലേ നമ്മൾ മക്കളുടെ അടുത്ത് വേണ്ടത്. പോയി വാ."

"കാശ് വേണ്ടേടാ നിനക്ക് എല്ലാം അറിയാവുന്നതല്ലേ?"

"അതിനൊക്കെ വഴി ഉണ്ടാക്കാം. നീ സമാധാനിക്ക്."

സുനന്ദ വിളിച്ചു എന്നും യഥാർത്ഥ കാരണം പറഞ്ഞു എന്നും ഇവനോട് എങ്ങനെ പറയും? അവൾ രാവിലെ വിളിച്ചു, ദീപുവിന്റെ വിവരങ്ങൾ പറഞ്ഞു ഒരു പ്രശ്നം ഉണ്ട്. ദീപുവിന് ടെസ്റ്റ് ഒക്കെ കഴിഞ്ഞപ്പോൾ ഡോക്ടർ പറഞ്ഞു അവന്റെ ബ്ലഡിൽ ഓക്സിജന്റെ അളവ് കുറവാണു എന്ന്, അതുകൊണ്ട് സ്കാനിംഗ് ചെയ്തു, അവനു aortic aneurysm എന്ന് പറയുന്ന അസുഖം ആണത്രേ. ഹൃദയത്തിൽനിന്നും ബ്ലഡ് പമ്പ് ചെയ്യുന്ന ആർട്ടറി വീർത്തു ബലൂൺ പോലെ, അത് പൊട്ടിയാൽ internal bleeding ഉണ്ടാവും. മരണം സംഭവിക്കും. ഉടനെ ഒരു ഓപ്പറേഷൻ വേണം, വളരെ റിസ്കുള്ള സർജറി ആണ്. മനോജ് ഇതൊന്നും അറിയരുത്, ഒന്നും അറിയിക്കാതെ നാട്ടിൽ എത്തിക്കണം. എങ്ങനെയെങ്കിലും ഒന്ന് കയറ്റി വിട്. അവൾ കരഞ്ഞു പറഞ്ഞു. ആക്സിഡന്റ് ഉണ്ടായതു കൊണ്ട് ഇപ്പോൾ ഇതു അറിയാൻ പറ്റി.

തീമഴ പെയ്ത പോലെ തോന്നി രമേശൻ തളർന്നു താഴേക്കു ഇരുന്നു. അവനോടു എങ്ങനെ പറയും, അവനിത് എങ്ങനെ സഹിക്കും, അവന്റെ എല്ലാ പ്രതീക്ഷയും മകനിൽ ആണ്. എന്താണ് ചെയ്യേണ്ടതെന്ന് രമേശന് ഒരു എത്തും പിടിയും കിട്ടിയില്ല.

പണം ഒരു പ്രശ്നമാണ്. അവൻ കഴിഞ്ഞ തവണ നാട്ടിൽ പോയി

വന്ന കടം ഇതുവരെ വീട്ടിത്തീർന്നിട്ടില്ല, ഓരോ പ്രവാസിയുടെയും അവസ്ഥ അത് തന്നെ. നാട്ടിൽ പോയി വെയിൽ കൊണ്ട കറുപ്പു മാറി, പോകാൻ വാങ്ങിയ കടവും വീട്ടി വരുമ്പോളേക്കും വീണ്ടും പോകാൻ നേരം ആകും.

സുലൈമാനി ഉണ്ടാക്കി അവന് കൊടുത്തു, സമൂൺ ബ്രെഡ് ക്രീം പുരട്ടി പ്ലേറ്റിൽ എടുത്തു. അവൻ നാട്ടിലേക്കു വിളിക്കുകയാണ് ചങ്കിടിപ്പോടെ കേട്ടു നിന്നു. ഫോൺ വച്ചതും അവൻ പറഞ്ഞു.

"ആക്സിസിഡന്റ് ഉണ്ടായപ്പോൾ എന്റെ കൊച്ച് പേടിച്ചു പോയി കാണും, അതാ അവൻ എന്നെ കാണണം എന്നു പറയുന്നത്." രമേശന് ചങ്കിടിപ്പ് കാരണം ഒന്നും മിണ്ടാൻ പറ്റിയില്ല. ഇവനോട് എന്തു പറയും. കാശിന്റെ കാര്യം ഞാൻ ശരിയാക്കാം, ലീവ് ഞാൻ ജി.എം. നോട് സംസാരിക്കാം. ടിക്കറ്റും ശരിയാക്കാം. നീ വിഷമിക്കാതെ പോയി വാ."

ഇങ്ങനെ ഒരു ഉറപ്പ് കൊടുക്കുമ്പോൾ ഇതൊക്കെ എങ്ങനെ നടത്തും എന്ന് രമേശനു ഒരു പിടിയും ഉണ്ടായിരുന്നില്ല, പക്ഷെ എന്തു ചെയ്യും. നടക്കുമോ ഇതൊക്കെ? മനോജ് സംശയിച്ചു,

"നീ വീട്ടിൽ വിളിച്ചു പറ വരാം എന്ന്. ഞാൻ പോയി കഴിക്കാൻ വല്ലതും വാങ്ങി വരാം." രമേശൻ ഫോണെടുത്തു പുറത്തിറങ്ങി, കൂടെ ജോലി ചെയ്യുന്ന സുഹൃത്തുക്കളെ വിളിച്ചു, കാര്യം പറഞ്ഞു, ടിക്കറ്റ് എടുത്തു മനോജിനെ നാട്ടിൽ കയറ്റിവിടാം എന്നും സാലറി വന്നാലുടൻ എല്ലാവരും ചേർന്ന് കുറച്ചു പൈസ നാട്ടിൽ അയച്ചു കൊടുക്കാം എന്നും തീരുമാനമായി. ജി.എം.നെ വിളിച്ചു വിവരങ്ങൾ ധരിപ്പിച്ചു, രമേശൻ പഴയ സ്റ്റാഫ് ആയതുകൊണ്ട് എപ്പോൾ വേണമെങ്കിലും വിളിക്കാനുള്ള സ്വാതന്ത്ര്യം ഉണ്ട്.

പിറ്റേന്നേക്ക് ടിക്കറ്റ് ഓക്കെയാക്കി. എല്ലാ തവണത്തെയും പോലെ ഷോപ്പിംഗ്, പെട്ടി കെട്ടൽ ഒന്നുമില്ല, ഹാൻഡ് ബാഗ് മാത്രം. എയർപോർട്ടിൽ കയറാൻ നേരം അവൻ കെട്ടിപ്പിടിച്ചു,

"പോയി വാ, ഞാൻ ഉടനെ അങ്ങോട്ട് എത്തും. ലീവിന് കൊടുത്തിട്ടുണ്ട്. എന്തേലും ആവശ്യം ഉണ്ടെങ്കിൽ വിളിക്കണം. എത്തിയാലുടൻ വിളിക്കണം."

അവൻ എയർപോർട്ടിനുള്ളിൽ കയറുന്നതു ചങ്കു പൊട്ടി നോക്കി നിന്നു, ഒന്നിച്ചു ജോലി ചെയ്തു, ഒന്നിച്ചു ഭക്ഷണം കഴിച്ച്, ഒരു റൂമിൽ ഉറങ്ങി ചങ്കായി നടന്ന കൂട്ടുകാരൻ, അവനു മനസ്സിന് ധൈര്യം കൊടുക്കണേ ദൈവമേ..

രമേശന് എവിടെയെങ്കിലും പോയിരുന്നു കരയണം എന്ന് തോന്നി.

പിറ്റേന്ന് രാവിലെ തന്നെ മനോജ് വിളിച്ചു.

“നീ എല്ലാം അറിഞ്ഞാരുന്നു അല്ലേ?”

അവന്റെ ചോദ്യത്തിന് മറുപടി പറയാതെ അവനെ ആശ്വസിപ്പിച്ചു,

“നീ വിഷമിക്കല്ലേ, ഓപ്പറേഷൻ കഴിഞ്ഞാൽ എല്ലാം ശരിയാകും. ഞാൻ ഓപ്പറേഷന് മുൻപേ എത്തും, പൈസ രണ്ടു ദിവസത്തിനകം അയക്കാം.”

“നീ വരുമല്ലോ അല്ലേ,” അവൻ വീണ്ടും ചോദിച്ചു.

“വരുമെടാ, ഞാൻ ഉണ്ട് കൂടെ.”

പാവം, ഒന്ന് ഉച്ചത്തിൽ സംസാരിക്കാനോ, ദേഷ്യപ്പെടാനോ പോലും കഴിയാത്തവൻ, ആരുടെയും വേദന കണ്ടുനിൽക്കാൻ കഴിയാത്തവൻ, ദൈവമേ അവന്റെ കുഞ്ഞിനെ കാത്തു കൊള്ളണമേ.

എയർപോർട്ടിൽ നിന്നു രമേശൻ നേരെ ഹോസ്പിറ്റലിലേക്ക് ആണ് പോയത്, ഓപ്പറേഷൻ കഴിഞ്ഞു ദീപുവിനെ ഐ.സി.യു.വിലേക്കു മാറ്റി, ചില്ലുവാതിലിനു മുൻപിൽ കണ്ണീരു വറ്റിയ കുറെ മുഖങ്ങൾ. മനോജിന്റെ മുഖത്തു നോക്കിയതും ചങ്കിടിച്ചു. ഇരട്ടി പ്രായം ആയപോലെ. വിവരങ്ങൾ എല്ലാം ചോദിച്ചു അറിഞ്ഞു.

“എത്രനേരം ആണ് നിങ്ങൾ ഇങ്ങനെ, റൂമിൽ പോയി ഫ്രഷ് ആയി വല്ലതും കഴിച്ചിട്ട് വാ.” ഞാനും സുനന്ദയും ഇവിടെ നിൽക്കാം. അവരെ നിർബന്ധിച്ചു പറഞ്ഞുവിട്ടു. കസേരയിലിരുന്നു കണ്ണടച്ച് പ്രാർത്ഥിക്കുന്ന സുനന്ദ. അവൾക്കരുകിൽ ഇരുന്നു. രണ്ടു പെണ്മക്കൾ ഉള്ള ഞങ്ങൾക്ക് അവൻ മകനെപ്പോലെയല്ല മകൻ തന്നെയാണ്.

കുറച്ചു കഴിഞ്ഞപ്പോൾ നേഴ്സ് വന്നു വിളിച്ചു.

“ദീപു മനോജിന്റെ ബൈസ്റ്റാൻഡർ ആരാണ്.” ചാടി എഴുന്നേറ്റു, “ഡോക്ടർ വിളിക്കുന്നു,” കൂടെ ചെന്നു.

“അവൻ പോയി. അത് പറയാനാണ് വിളിച്ചത്,”

ഇത് കേൾക്കാനാണോ ഈ സമയത്തു ദൈവം ഇവിടെ എത്തിച്ചത്. അവന്റെ ഈ ലോകത്തെ കളിചിരികൾ അവസാനിപ്പിച്ചു. ഈ ചെറു പ്രായത്തിൽ അവൻ പോയി, അവന്റെ അപ്പന്റെ, അവനെ കുറിച്ചുള്ള പ്രതീക്ഷകളുടേമേൽ മണ്ണിട്ടു, മണ്ണിനടിയിലേക്ക് അവൻ യാത്ര ആയി. ഒരുപാട് മോഹങ്ങൾ തന്നവൻ ഒന്നുമറിയാത്ത പോലെ പോയി. കുറച്ചു മനുഷ്യരുടെ മനസ്സിലെ തീരാവേദന ആയി, കണ്ണീരോർമയായി...

എല്ലാം കഴിഞ്ഞിട്ട് മാസം നാലു കഴിഞ്ഞു. തിരിച്ചെത്തിയെങ്കിലും മനോജിന്റെ വേദന നിറഞ്ഞ മുഖവും ഒട്ടിയ കവിളും, കുഴിഞ്ഞ കണ്ണു

കളും, ചിരിക്കാൻ മറന്നു പോയപോലെ, ഉത്സാഹം എല്ലാം പോയി, വാടി ത്തളർന്നു, ജോലിക്ക് പോകുന്നു വരുന്നു അത്ര തന്നെ, ഉറക്കം തീരെ ഇല്ല എപ്പോളും എന്തോ ചിന്തിച്ച് ആകെ തകർന്ന്, എല്ലാം നോക്കി ക്കോളാം എന്നു ആവർത്തിച്ചു പറഞ്ഞിരുന്ന മകൻ ഒന്നു കൊതിതീരെ കാണാൻ പോലും നിൽക്കാതെ പോയതിന്റെ വേദന.

“എന്റെ മോനെ കൊതിതീരെ കണ്ടുപോലും ഇല്ലെടാ” എന്നു പറ ഞ്ഞാണ് അവൻ തന്റെ മുൻപിൽ അന്ന് പൊട്ടിക്കരഞ്ഞത്.

രാവിലെ ജോലിക്ക് പോകാൻ റെഡി ആകുകയാണ് രമേശൻ. ബെ ഡിൽ അനങ്ങതെ ഇരിക്കുന്ന മനോജിനെ നോക്കി, “ഞാൻ ഇന്ന് ഡ്യൂട്ടിക്ക് വരുന്നില്ലെടാ ഒരു സുഖം തോന്നുന്നില്ല.”

ഒരു ദിവസം പോലും അവധി എടുക്കാത്തവനാണ്. ഇവൻ എന്തു ഭാവിച്ചാണ്, എങ്ങനെ ഒറ്റയ്ക്ക് ആക്കി പോകും? വല്ല ദുർബുദ്ധിയും തോന്നിയാലോ, രമേശനു പേടിയായി. അല്ലെങ്കിൽ തന്നെ തൊട്ടതിനും പിടിച്ചതിനും എല്ലാം തൂങ്ങിച്ചാകുന്ന മലയാളികളെ അറബികൾ ‘tea bag’ എന്നാണ് കളിയാക്കി വിളിക്കുന്നത്. വല്ല ബുദ്ധിമോശവും കാണി ച്ചാലോ?

“ഹോസ്പിറ്റലിൽ വല്ലതും പോകണോ?”

“വേണ്ടടാ ഞാൻ ഒരു കാര്യം തീരുമാനിച്ചു. നാട്ടിൽ തിരിച്ചു പോകാൻ. ഇനിയുള്ള കാലം അവിടെ എന്തെങ്കിലും ജോലി ചെയ്തു ജീവിക്കാം.”

“നീ എന്താ പറഞ്ഞത്?” രമേശൻ അമ്പരപ്പോടെ ചോദിച്ചു

ചോദ്യത്തിന് മറുപടി പറയും മുൻപേ മനോജിന്റെ ഫോൺ റിങ് ചെയ്തു.

“നാട്ടിൽ നിന്നാണല്ലോ..” അവൻ ഫോൺ എടുത്തു. “ഹലോ പറയു മോളെ, സത്യം ആണോ?” ഒരുപാട് നാൾ കുടി അവന്റെ മുഖത്തു പ്ര കാശം പരക്കുന്നതും, ചിരി വിടരുന്നതും രമേശൻ നോക്കി നിന്നു. തന്റെ നേരെ നീട്ടിയ ഫോൺ അയാൾ വാങ്ങി ചെവിയോട് ചേർത്തു. “ഹലോ അങ്കിൾ, ഞാൻ മെഡിക്കൽ എൻട്രൻസ് പാസ്സായി.”

ചിന്നു ആണ്, “ആണോ, മിടുക്കി, അങ്കിളിനു സന്തോഷമായി മോ ളെ. ഡ്യൂട്ടി കഴിഞ്ഞു വന്നിട്ട് വിളിക്കാം.” ഫോൺ വച്ചു തിരിഞ്ഞു നോക്കി യപ്പോൾ കണ്ടത് മനോജ് തിരക്കിട്ടു ഒരുങ്ങുന്നു,

“നീ വരുന്നില്ല എന്ന് പറഞ്ഞിട്ട്..”

“അല്ലെടാ അത് ശരിയാവില്ല, ഇനി ഒരുപാട് പൈസയുടെ ആവശ്യ ങ്ങൾ ഒക്കെ വരുവല്ലേ ജോലി കളഞ്ഞാൽ പറ്റില്ല.”

ഇവനാണ് പ്രവാസി, രമേശൻ മനസ്സിലോർത്തു. അതെ ഈ മണ്ണ് ഇങ്ങനെയാണ്. നമ്മെ വിടില്ല. തിരിച്ചു പോകാൻ മനസ്സ് കുതിക്കുമ്പോളും നമ്മെ ഇവിടെ പിടിച്ചു നിർത്തും. ഇനി പോയാലും ഈ മണ്ണ് നമ്മെ തിരിച്ചു വിളിച്ചു കൊണ്ടേയിരിക്കും. അത് മാത്രമല്ല അമ്മ പണ്ട് പറയാറുണ്ട് ഒരു ഇല ചവിട്ടി തിരിക്കുമ്പോൾ ഒൻപതു ഇല നെഞ്ചിന് നേരെ എന്ന്. (കുട്ടനാട്ടിൽ പാടത്തു വെള്ളം തേവി കളയാനുള്ള ചക്രം) അതാണ് പ്രവാസി, തീർത്താലും തീർത്താലും തീരാത്ത ആവശ്യങ്ങളുടെ ഭാണ്ഡക്കെട്ട് ചുമക്കുന്നവൻ. എത്ര കഷ്ടപ്പെട്ടാലും തീരാത്ത പ്രാരാബ്ധക്കാരൻ. എങ്ങനെ തിരിച്ചു പോകാൻ.. ഡ്യൂട്ടിക്ക് പോകാൻ അവർ ഒരുമിച്ചു ഒരുങ്ങിയിറങ്ങി, എന്നെങ്കിലും പ്രാരാബ്ധങ്ങളുടെ ഭാണ്ഡക്കെട്ടും, പ്രവാസി കുപ്പായവും, അഴിച്ചുവയ്ക്കാൻ കഴിയും എന്ന പ്രതീക്ഷയോടെ, പുതിയ സ്വപ്നങ്ങളോടെ...

ഹേമന്തം വരവായി

ആഹാരം കഴിച്ച് മകളും മരുമകനും റൂമിലേക്ക് പോയപ്പോൾ ഹേമ കിച്ചണിലെ ജോലികൾ ഒതുക്കി. പ്ലേറ്റുകൾ തുടച്ചു വൃത്തിയാക്കിക്കൊണ്ടിരിക്കുമ്പോൾ മകൾ ഹേമയുടെ അടുത്ത് വന്നു പറഞ്ഞു. അമ്മേ ഞങ്ങൾ ഉടനെ ഇറങ്ങും. നാളെ ഡ്യൂട്ടി ഉള്ളതല്ലേ. ഹേമ മകളെ നോക്കി. ഓരോ തവണ വന്നിട്ട് യാത്ര പറഞ്ഞു പോകുമ്പോളും അവൾ വല്ലാതെ വിഷമിക്കുന്നുണ്ടെന്നു ഹേമയ്ക്ക് അറിയാം. അവളുടെ ഹൃദയം തന്റെ ഹൃദയത്തോടെ ചേർത്തു വച്ചിരിക്കുകയാണെന്നു ഹേമയ്ക്ക് തോന്നി.

രണ്ടു പെൺകുട്ടികൾ ആണ്. മൂത്തവൾ ഭർത്താവിനൊപ്പം വിദേശത്തു ജോലി ചെയ്യുന്നു. ഇളയ ആളുടെ കല്യാണം കഴിഞ്ഞിട്ട് ഒരു വർഷം ആയിട്ടില്ല. രണ്ടുപേരും ഗവണ്മെന്റ് ഉദ്യോഗസ്ഥർ. സമയം കിട്ടുമ്പോൾ എല്ലാം അവർ അമ്മയുടെ അടുത്തേയ്ക്ക് ഓടി വരാറുണ്ട്.

അമ്മേ.. മകൾ ഹേമയെ ചുറ്റിപ്പറ്റി നിന്നു. അവൾക്ക് എന്തോ പറയാനുണ്ടെന്നു ഹേമയ്ക്ക് മനസിലായി. അവൾ മകളുടെ മുഖത്തേക്ക് നോക്കി. ഒരു പ്രത്യേക ഭാവം. അവൾക്കു എന്തെങ്കിലും വിഷമം ഉണ്ടോ. മരുമകന് അവളെ ജീവനാണ്. അവന്റെ വീട്ടുകാർക്കും. മാത്രമല്ല ജോലിക്ക് പോകാൻ സൗകര്യം നോക്കി രണ്ടാളും ജോലി സ്ഥലത്തിനടുത്ത് ഫ്ളാറ്റിൽ ആണ് താമസം. പിന്നെ എന്താണ്.

'നിനക്ക് എന്തേലും പറയാൻ ഉണ്ടോ? എന്താ നിന്റെ പ്രശ്നം?' ഹേമ അവളെ നോക്കി.

'അതല്ല അമ്മാ, അമ്മ എന്താണ് ഇറങ്ങി പോകാതിരുന്നത്. എന്തിനാണ് ഇത്രയും സഹിച്ചത്. പത്തിരുപത്തെട്ടുവർഷം എന്തിനായിരുന്നു അമ്മേ ഈ സഹനം.' മകളുടെ ചോദ്യം കേട്ട് ആ അമ്മ അവളെ നോക്കി. നെറ്റിയിൽ സിന്ദൂരവും കഴുത്തിൽ താലിമാലയും പ്രായത്തിൽ കൂടുതൽ പക്വത മുഖത്ത്.

മകൾക്കു സ്ഥിരവരുമാനം ഉള്ള ജോലി ഉണ്ട്. സ്നേഹവാനായ ഭർത്താവ് ഉണ്ട്. സഹായിക്കാൻ മനസുള്ള കൂടപ്പിറപ്പുണ്ട്. ഇതൊന്നും ഇല്ലാതിരുന്ന അമ്മയോട് അവൾ ചോദിക്കുന്നു എന്തിനാണ് ഇത്രനാൾ സഹിച്ചത് എന്ന്.

'ഇറങ്ങി പോകണമായിരുന്നോ എങ്ങോട്ട്?', ഹേമ ചിരിച്ചു, 'ഞാൻ അങ്ങനെ ഇറങ്ങി പോകാതിരുന്നത് കൊണ്ട് നിങ്ങൾക്ക് നല്ല വിദ്യാഭ്യാസം കിട്ടി. ജോലിയായി, നല്ല ഭർത്താക്കന്മാരെ കിട്ടി, നല്ല ജീവിതം കിട്ടി ശരിയല്ലേ..'

'എന്നാലും അമ്മയുടെ ജീവിതം അതിന് ഒരു വിലയും ഇല്ലായിരുന്നോ?'

'ശരിയാണ് ഒരു വിലയും ഇല്ലായിരുന്നു. അത്യാവശ്യം സാമ്പത്തികമുള്ള വീട്ടിലെ പയ്യന്റെ ആലോചന വന്നപ്പോൾ കയ്യിലുള്ളതും കടം വാങ്ങിയതും ചേർത്താണ് അച്ഛനും അമ്മയും തന്നെ കല്യാണം കഴിപ്പിച്ചു വിട്ടത്.

വന്നു കയറിയ ദിവസങ്ങളിൽ തന്നെ മനസിലായി കയറൂരി വിട്ട കാളയാണ് ഭർത്താവ് എന്ന്. നിയന്ത്രിക്കാൻ ശ്രമിച്ചിട്ടും കാര്യം ഇല്ല. തല്ലു കൊള്ളാതിരിക്കാൻ ഒന്നും മിണ്ടാതിരിക്കുന്നതാണ് നല്ലത് എന്ന് മനസ്സിലായി. എന്നിട്ടും എപ്പോഴും മക്കളുടെ മുൻപിലും മറ്റുള്ളവരുടെ മുൻപിലും അപമാനിച്ചു കൊണ്ടേയിരുന്നു. അത് അയാൾക്ക് ഒരു രസമായിരുന്നു. എങ്ങനെയെല്ലാം തന്റെ അഭിമാനത്തെ വ്രണപ്പെടുത്താമോ അതെല്ലാം ചെയ്തു. ഇപ്പോഴും അയാൾ തോന്നും പോലെ ജീവിക്കുന്നു. ഭർത്താവിനെ ചുറ്റിപ്പറ്റി പല കഥകൾ കേട്ടു. അതെല്ലാം വളർന്നു വരുന്ന മക്കൾക്ക് അപമാനം ഉണ്ടാക്കി. അവർ അമ്മയുടെ മാത്രം മക്കളായി ജീവിച്ചു, പഠിച്ചു. സ്വന്തം കാലിൽ നിൽക്കാൻ ശീലിച്ചു.

ഇക്കാലമത്രയും താൻ സഹിച്ച അപമാനത്തിന് വേദനകൾക്ക് കിട്ടിയ പ്രതിഫലം, മക്കൾ അന്തസ്സായി ജീവിക്കുന്നു എന്നുള്ളതാണ്. അതു മാത്രമാണ് അഭിമാനം.

'നമുക്ക് ഇറങ്ങിയാലോ അത്ര ദൂരം വണ്ടി ഓടിക്കണ്ടേ?' മരുമകൻ ധൃതിയിൽ ഇറങ്ങി വന്നു.

ചോദ്യങ്ങൾ മുഴുമിപ്പിക്കാതെ മകൾ പിന്തിരിഞ്ഞു.

'ഇന്ന് തന്നെ പോകണോ?' ഹേമ രണ്ടാളോടും ആയി ചോദിച്ചു.

'പോകണം അമ്മേ രാവിലെ പോയാൽ ഡ്യൂട്ടിയ്ക്ക് പോകുമ്പോൾ ക്ഷീണമായിരിക്കും. സമയം കിട്ടുമ്പോൾ വരാം. പിന്നെ അച്ഛൻ വന്നില്ലല്ലോ. വല്ല അത്യാവശ്യത്തിനും പോയതായിരിക്കും. വരുമ്പോൾ അമ്മ പറഞ്ഞാൽ മതി.' ഹേമ തലയാട്ടി. അയാൾ പോയാൽ ഒരുപോക്ക് പോയപോലെയാണ്. എപ്പോഴെങ്കിലും വന്നാലായി. അതറിയാവുന്ന മോൾ നിസ്സഹായയായി അമ്മയെ നോക്കി.

കാറിൽ കയറുമ്പോഴും അവൾ തിരിഞ്ഞു വീണ്ടും വീണ്ടും അമ്മയെ

നോക്കി. അമ്മയെ എനിക്ക് മനസിലാകുന്നില്ല എന്ന മട്ടിൽ. അപ്പഴും അവളുടെ കണ്ണിൽ ആ ചോദ്യം ഉണ്ടായിരുന്നു. എന്തിനാ അമ്മേ ഇങ്ങനെ സഹിക്കുന്നത്. അമ്മയുടെ ജീവിതത്തിനു ഒരു വിലയും ഇല്ലേ.

അകന്നു പോകുന്ന കാറിലേക്ക് നോക്കി കൈവീശിക്കൊണ്ട് ഹേമ ചിരിച്ചു. പിന്നെ സ്വയം പറഞ്ഞു എന്റെ ജീവിതത്തിനു വിലയില്ലാ എന്ന് ആര് പറഞ്ഞു. സർവ്വം സഹ ആയ ഭൂമിദേവി പോലും സഹികെടുമ്പോൾ ഉരുൾ പൊട്ടലായും സുനാമിയായും പ്രതികരിക്കുന്നില്ലേ പിന്നെയാണോ ഞാൻ. ഞാനും പ്രതികരിക്കുന്നുണ്ട്.

അവൾ വേഗം അകത്തേക്ക് കയറി മരുമകനും മകൾക്കും വേണ്ടി ഉണ്ടാക്കിയ ഭക്ഷണത്തിന്റെ ബാക്കി ചെറുചൂടോടെ കാസറോളിൽ ആക്കി ഡൈനിങ്ടേബിളിൽ കൊണ്ട് വച്ചു. എന്നിട്ട് മകളുടെ ചോദ്യത്തെ മറന്ന് സന്തോഷത്തോടെ സമാധാനത്തോടെ അവൾക്കു ഏറ്റവും പ്രിയപ്പെട്ട ആർക്കോ വേണ്ടി കാത്തിരുന്നു.

മുത്തുലക്ഷ്മി

'എന്റെ പെണ്ണേ... കുറച്ചു വേഗത്തിൽ പണിയെടുക്കൂ. നാളെ ഓണമാണെന്ന് അറിഞ്ഞുകൂടെ. ഒരുപാട് ജോലികൾ ഉള്ളതാ.'

കൊച്ചമ്മയുടെ ആക്രോശം കേട്ടു മുത്തുലക്ഷ്മി ജോലി ചെയ്യുന്നത് വേഗത്തിലാക്കി. നാളെ ഓണമാണ്. വീട് നിറയെ വിരുന്നുകാർ ഉണ്ട്. കുട്ടികൾ ഊഞ്ഞാലാടുന്നു, പൂക്കളമിടുന്നു ആകെ ബഹളമയമാണ്. മുത്തുലക്ഷ്മി ഇതൊന്നും ശ്രദ്ധിക്കുന്നേയില്ലായിരുന്നു. അവൾ ചിന്തകളുടെ ലോകത്തായിരുന്നു.

ഭർത്താവും കുട്ടികളും ഒരുമിച്ചു കോളനിയിലെ കുടിലിൽ വളരെ സന്തോഷത്തോടെ ജീവിച്ചു വരികയായിരുന്നു മുത്തുലക്ഷ്മി. അവളുടെ ഭർത്താവ് മുരുകൻ സ്നേഹമുള്ളവനും കഠിനാധ്വാനിയുമായിരുന്നു. ഒരിക്കൽ ആരോ പണിക്കു വിളിച്ചു ദൂരെ എവിടെയോ പോയതാണ്. തിരിച്ചെത്തും മുൻപ് അനധികൃതമായി കുടിൽ കെട്ടി താമസിച്ചവരെ ഒഴിവാക്കി സ്ഥലത്തിന്റെ ഉടമസ്ഥൻ ഫ്ളാറ്റ് പണി ആരംഭിച്ചു. കൂട്ടത്തിൽ മുത്തുലക്ഷ്മിയും കുട്ടികളും വഴിയാധാരമായി. എങ്ങോട്ട് പോകണമെന്ന് അറിയാതെ നിന്ന അവളെയും കുട്ടികളെയും പുറമ്പോക്കിൽ കുടിൽ കെട്ടി താമസിക്കുന്ന കാളിത്തള്ള അവരുടെ കുടിലിലേക്ക് കൂട്ടിക്കൊണ്ട് പോയി. കാളിത്തള്ളക്കു പ്രായമായി വരികയാണ്. സഹായത്തിനു ആരെങ്കിലും വേണമല്ലോ. പണിയെടുത്തിരുന്ന വീട്ടിൽ മുത്തുലക്ഷ്മിക്ക് കാളിത്തള്ള തന്നെ പണി ശരിയാക്കി കൊടുത്തു. വീട്ടിലെ പുറം പണികളാണ് മുത്തുലക്ഷ്മി ചെയ്യുക... പാത്രം കഴുകലും.. അടുക്കളയിലൊക്കെ വേറെ ആളുണ്ട്.

സമയം കടന്നു പോകുംതോറും അവൾക്കു വേവലാതിയായി. രാവിലെ രണ്ടു കഷ്ണം റസ്ക്കും ചായയും കൊടുത്തിട്ടു പോന്നതാണ് കുട്ടികൾക്ക്. അവർ വിശന്നൊരു പരുവമായിട്ടുണ്ടാവും. മുത്തുലക്ഷ്മിയുടെ പണികൾ കഴിഞ്ഞപ്പോൾ കൊച്ചമ്മ ഇറങ്ങി വന്നു. ഓണമൊക്കെ അല്ലേ... ഇതാ നിന്റെ ശമ്പളം പിടിച്ചോ... അവർ കുറച്ചു മുഷിഞ്ഞ നോട്ടുകൾ അവളുടെ കയ്യിൽ വച്ചു കൊടുത്തു. പിന്നെ ഒരു പൊതി അവൾക്കു നേരെ നീട്ടി. ഓണക്കോടിയൊന്നുമല്ല.

'എന്റെ ഒരു പഴയ സാരിയാ. നാളെ ഇതുടുത്തോ. എന്നാൽ പൊക്കോ.' കൊച്ചമ്മ അനുവാദം കൊടുത്തു.

കൊച്ചമ്മ അകത്തേക്ക് പോയതും അടുക്കളകാരി ശാരദ അവളെ തിരികെ വിളിച്ചു.

'അവിടെ നിക്ക് പെണ്ണേ... ഇതും കൂടി കൊണ്ടുപോ. പിള്ളേർ വിശന്നിരിക്കുകയല്ലേ..' അവർ രണ്ടു മൂന്ന് കവർ അവളെ ഏല്പിച്ചു. അതു വാങ്ങി അവൾ ധൃതിയിൽ നടന്നു വീട്ടിലെത്തി.

അവളെ കണ്ടതും കാളിത്തള്ള പറഞ്ഞു.. 'എന്താ മോളേ ഇത്ര താമസിച്ചത്. പിള്ളേർ വിശന്നൊരു പരുവമായി.' പിന്നെ പാത്രമെടുത്തു ഭക്ഷണം കഴിക്കാൻ റെഡിയായി. അമ്മയെ കണ്ടതും കുട്ടികളും ഓടി വന്നു കഴിക്കാനിരുന്നു. പുതിയ കറികളും ഉപ്പേരിയുമൊക്കെ കണ്ടപ്പോൾ കുട്ടികൾക്ക് സന്തോഷം. ഭക്ഷണം കഴിഞ്ഞ ശേഷം കുട്ടികളെ ചേർത്തു പിടിച്ചു നിലത്തു വിരിച്ച പായിൽ അവൾ കിടന്നു.

അവൾ ഭർത്താവിനെകുറിച്ചോർത്തു. അവൻ എവിടെയായിരിക്കും... സ്നേഹം കൂടുമ്പോൾ അവൻ പെണ്ണേ എന്നാണ് വിളിച്ചിരുന്നത്. ചിലപ്പോൾ പെണ്ണേ പ്രണയമേ.... എന്നും. അതിന്റെ അർത്ഥമൊന്നും അവൾക്കു അറിഞ്ഞുകൂടാ. എങ്കിലും അതവന്റെ സ്നേഹമാണെന്ന് അവൾക്കറിയാം. അവളുടെ കണ്ണിൽ നിന്നും കണ്ണുനീർ ഒഴുകി.

പിറ്റേന്ന് രാവിലെ കുളിച്ചൊരുങ്ങി അവൾ പണിക്കു ഹാജരായി. ഉച്ചയായപ്പോൾ ജനലിലൂടെ വീട്ടിനുള്ളിലേക്ക് നോക്കിയപ്പോൾ കണ്ട കാഴ്ച അവളെ അദ്ഭുതപ്പെടുത്തി. കുട്ടികളും വലിയവരും ഒക്കെ നിലത്തു വിരിച്ച പായിൽ ചമ്രംപടഞ്ഞിരുന്നു സദ്യ കഴിക്കുന്നു. ഒരുനിമിഷം നോക്കിനിന്നിട്ടു അവൾ വീണ്ടും ജോലികളിൽ മുഴുകി. കുറച്ചു കഴിഞ്ഞപ്പോൾ കൊച്ചമ്മ അവളെ വിളിച്ചു.

'മുത്തുലക്ഷ്മി... ഈ ഇലയെല്ലാം എടുത്തു കളഞ്ഞു ഇവിടമൊന്നു വൃത്തിയാക്ക്.'

'ഓ കൊച്ചമ്മ..' അവൾ അകത്തേക്ക് കയറി. അവിടെ കണ്ട കാഴ്ച കണ്ടു അവളുടെ കണ്ണ് നിറഞ്ഞു.

ഒരുപാട് പട്ടിണി കിടന്നിട്ടുണ്ട് മുത്തുലക്ഷ്മി. ഒരുപാട് വിശപ്പറിഞ്ഞിട്ടുണ്ട്. ഇത്രയും ഭക്ഷണമൊക്കെ ആരെങ്കിലും വെറുതെ കളയുമോ. ഇലയിൽ വാരിവലിച്ചിട്ടിരിക്കുന്ന എച്ചിലു കണ്ടപ്പോൾ അവൾക്കു വിശന്നു. ഒരു പ്ലാസ്റ്റിക് കവർ എടുത്തു കൊണ്ടുവന്ന് ഉപ്പേരിയും പഴവുമൊക്കെ അവൾ ശേഖരിച്ചു വച്ചു. പിന്നെ ഇലകൾ എടുത്തുകളഞ്ഞു അവിടം വൃത്തിയാക്കി. അപ്പോൾ ശാരദ അവളെ വിളിച്ചു.

'പെണ്ണേ ഇങ്ങോട്ട് വന്നിരിക്ക്... ഞാനിത്തിരിചോറ് തരാം. ആ ഭദ്ര

കാളിയും വിരുന്നുകാരും പുറത്ത് പോയിരിക്കുകയാ. അവർ വരും മുൻപ് കഴിച്ചിട്ട് വേഗം പോവാൻ നോക്ക്.'

അവർ അവളുടെ മുൻപിൽ ഒരു ഇലയിട്ട് അതിൽ ചോറും കറികളും വിളമ്പി. വിശപ്പിന്റെ ആധിക്യം മൂലം അവൾ മറ്റൊന്നും ഓർത്തില്ല. പരിപ്പ് കുഴച്ചു പപ്പടം പൊടിച്ച് അവൾ ചോറുണ്ടു.

'ഈ സാരിയാണോ ആ പിശാശ് നിനക്ക് തന്നത്. ഈ പഴകി പിഞ്ചിയ സാരി. ഇങ്ങനെ ഒരു പിശുക്കി. അലമാരയിലെ സ്ഥലം ഒഴിവാക്കാൻ തന്നതാ.'

അതു പറഞ്ഞിട്ട് ശാരദ കുറച്ചു കവറുകൾ അവൾക്കെടുത്തു കൊടുത്തു.

'ഓണമല്ലേ കുട്ടികൾക്ക് കൊണ്ടുപോയി കൊടുക്ക്. അവർ വയർ നിറച്ചു കഴിക്കട്ടെ. ആ ഭദ്രകാളി വരും മുൻപ് പോക്കോ. ബാക്കി പണിയൊക്കെ ഞാൻ ചെയ്തോളാം.'

കവറും വാങ്ങി മുത്തുലക്ഷ്മി ധൃതിയിൽ വീട്ടിലേക്കു നടന്നു. വഴിയിൽ കണ്ട ഓണക്കാഴ്ചകൾ ഒന്നും അവളുടെ ദൃഷ്ടിയിൽ പെട്ടില്ല. കുഞ്ഞുങ്ങളുടെ വിശന്ന വയറു മാത്രമായിരുന്നു അവളുടെ മനസ്സിൽ. പകുതി നടന്നും ഓടിയും അവൾ കുടിലിലെത്തി. കാളിത്തള്ളക്കും പിള്ളേർക്കും ഭക്ഷണം വിളമ്പി. വയറു നിറഞ്ഞ സന്തോഷം കൊണ്ടാവാം ആഹാരം കഴിഞ്ഞപ്പോൾ തള്ള ഒരു പാട്ടുപാടി. കുട്ടികൾ അതുകേട്ടു രസം പിടിച്ചിരുന്നു.

മുത്തുലക്ഷ്മിക്ക് ഒരു വലിയ ആഗ്രഹമുണ്ട്. കുട്ടികളെ സ്കൂളിൽ ചേർക്കണം. അതിനെത്ര പണമാകുമെന്നൊന്നും അവൾക്കു അറിയില്ല. കിട്ടുന്ന പൈസ എല്ലാം അവൾ സൂക്ഷിച്ചു വെക്കുന്നുണ്ട്. അരിഷ്ടിച്ചാണ് ചിലവാക്കുന്നത്. പക്ഷേ അന്നവൾ സാമ്പാദ്യത്തിൽ നിന്നും കുറച്ചു പൈസ പുറത്തെടുത്തു. 'നമുക്കൊന്ന് കടയിൽ പോയി വരാം.'

'എന്തിനാ പെണ്ണേ' കാളിത്തള്ള ചോദിച്ചു.

'ഓണമൊക്കെയല്ലേ...'

'കാട്ടുകോഴിക്കെന്തു വാവും സംക്രാന്തിയും' കാളിത്തള്ള പിറുപിറുത്തു.

പറഞ്ഞത് മനസ്സിലായില്ലെങ്കിലും തള്ളേടേം കുട്ടികളുടേം കൈപിടിച്ചു അവൾ പുറത്തേക്കിറങ്ങി. ഫുട്പാത്തിലൂടെ നടന്നു ഒരു ചെറിയ കടയിൽ കയറി. ഒരു ഡ്രസ്സ് വാങ്ങി തള്ളയുടെ കയ്യിൽ കൊടുത്തു.

'മാറ്റാൻ തുണിയില്ലായെന്നു ഇനി പറയരുത് കേട്ടോ.'

കാളിത്തള്ളക്കു സന്തോഷമായി. 'അല്ലേലും നീ നല്ലവളാ'. അവർ പിറുപിറുത്തു.

കുട്ടികൾക്ക് രണ്ടു പേർക്കും ഓരോ ഡ്രസ്സ് വാങ്ങി പുറത്തിറങ്ങി തിരികെ നടക്കുമ്പോളാണ് മുത്തുലക്ഷ്മി ആ വിളി കേട്ടത്...

'മുത്തുലച്ച്മി..'

ഒരുപാട് നാളായി ഭാര്യയെയും മക്കളെയും അന്വേഷിച്ചു നടന്ന് കാലു തേഞ്ഞവന്റെ ഹൃദയം നുറുങ്ങിയുള്ള വിളിയായിരുന്നു അത്. അവളൊരു നിമിഷം സ്തംഭിച്ചു നിന്നു. പിന്നെ ഞെട്ടിതിരിഞ്ഞു വിളി കേട്ടിടത്തേക്ക് നോക്കി.

അവൻ... അവളുടെ ഭർത്താവ്.

സങ്കടവും സന്തോഷവുമൊക്കെ അവളിൽ നിറഞ്ഞു തുളുമ്പി. ആർത്തലച്ചു കരഞ്ഞു കൊണ്ടു അവൾ അവനിലേക്ക് ഓടിയെത്തി.

ലോക്കറ്റ്

അടുക്കളയിൽ തിരക്ക് പിടിച്ച ജോലിയിലായിരുന്നുസൂസൻ. അപ്പോഴാണ് മക്കൾ തമ്മിൽ അടിപിടി കൂടുന്ന ശബ്ദം കേട്ടത്. അവൾ ഓടിച്ചെന്ന് രണ്ടിനെയും പിടിച്ചു മാറ്റി. നേരം വെളുത്ത ശേഷം പത്താം തവണയാണ് അവൾ മക്കളുടെ വഴക്കിനു റെഫറി ആകുന്നത്. സിബിച്ചനും സൂസനും രണ്ടു പെണ്മക്കളാണ്. ഏതു നേരവും രണ്ടു പേരും കൂടി അടിപിടി കൂടും. 'ഞായറാഴ്ചയും കൂടി പഠിത്തം വക്കണേ.' അതാണിപ്പോ സൂസന്റെ പ്രാർത്ഥന.

'ഇനി രണ്ടാളും കൂടി വഴക്ക് കൂടിയാൽ ആന്റിയും മിന്നുവും വരണ്ടായെന്നു ഞാൻ വിളിച്ചു പറയും.'

സൂസൻ ഭീഷണിപ്പെടുത്തി. പറഞ്ഞ പോലെ അവർ വരേണ്ട നേരമായല്ലോ. അവൾ ഓർത്തു.

സിബിച്ചന്റെ സഹോദരി സോഫിയും മകൾ മിന്നുവും വരുമെന്ന് പറഞ്ഞിട്ടുണ്ട്. അവർ എറണാകുളത്തു ഫ്ളാറ്റിലാണ് താമസം. സോഫിയുടെ ഭർത്താവ് ഗൾഫിലാണ്. സമ്മർ വെക്കേഷന് അവർ അങ്ങോട്ട് പോവുകയാണ് പതിവ്. ഇതുപോലെയുള്ള അവധിക്കാലങ്ങളിൽ സിബിച്ചന്റെയും സൂസന്റെയും ഒപ്പം വന്നു താമസിക്കാറുണ്ട്. സോഫിയുടെ ആർഭാടജീവിതം കാണുമ്പോൾ വല്ല ഗൾഫ്കാരനെയും കെട്ടിയാൽ മതിയായിരുന്നുവെന്ന് സൂസനു തോന്നാറുണ്ട്. ഇതൊക്കെയാണെങ്കിലും സോഫിയെ സൂസന് വലിയ ഇഷ്ടമാണ്. അവരുടെ പല ആവശ്യങ്ങളിലും സോഫി കൈ അയച്ചു സഹായിച്ചിട്ടുണ്ട്. കഴിഞ്ഞതവണ വന്നപ്പോൾ ചൂട് കൊണ്ട് കിടക്കാൻമേല എന്ന് പറഞ്ഞ് റൂമിൽ ഏസി വാങ്ങി ഫിറ്റ് ചെയ്തു. സിബിച്ചനെ കാർ വാങ്ങാൻ നിർബന്ധിച്ചതും സഹായിച്ചതും സോഫിയാണ്.

ഒന്നു വിളിച്ചു നോക്കിയാലോ എന്ന് അവൾ ചിന്തിച്ചതും കോളിങ് ബെൽ അടിച്ചതും ഒരുപോലെയാണ്. 'സോഫിയാന്റി വന്നു... മിന്നുചേച്ചി വന്നു...' എന്ന് പറഞ്ഞ് മക്കൾ വാതിൽക്കലേക്ക് ഓടി. കതകു തുറന്നതും സോഫി രണ്ടുപേരെയും കെട്ടിപ്പിടിച്ചു.

'ആന്റീടെ മക്കൾ അങ്ങ് വളർന്നു പോയല്ലോ... കെട്ടിക്കാറായല്ലോ...'

സോഫി തമാശ പറഞ്ഞു.

'എന്നെ ഇപ്പൊ കെട്ടിക്കണ്ടേ ആന്റീ.' ഇളയവൾ പറഞ്ഞു.

'അയ്യോ അതെന്താ.... നിന്റെ കല്യാണം കൂടിയിട്ട് പോകാനാണല്ലോ ഞങ്ങൾ വന്നത്'.

'എനിക്ക് സാരി ഉടുക്കാനും ചോറ് വെക്കാനുമൊന്നും അറിഞ്ഞുകൂടാ'. അത് കേട്ടതും എല്ലാവരും പൊട്ടിച്ചിരിച്ചു. കുശലാന്വേഷണങ്ങൾക്കു ശേഷം സൂസൻ പറഞ്ഞു. 'ഫ്രഷ് ആയി വാ ചേച്ചി.. ഭക്ഷണം എടുത്തു വെക്കാം.'

ഭക്ഷണത്തിനു ശേഷം മക്കളെ മിന്നുവിനെ ഏല്പിച്ച് നാത്തൂന്മാർ ബെഡ്റൂമിലേക്ക് പോയി. കൊച്ചുവർത്തമാനങ്ങൾക്കിടെ സോഫി പറഞ്ഞു,

'രണ്ടു ദിവസം മുൻപ് ഒരു കല്യാണം ഉണ്ടായിരുന്നു. അന്ന് കുറച്ചു സ്വർണം ലോക്കറിൽ നിന്നു എടുത്തിരുന്നു. അത് തിരികെ വക്കാൻ പറ്റിയില്ല. ഫ്ളാറ്റിൽ വച്ചിട്ട് പോരാൻ പേടിയായിരുന്നു. അത് ഞാൻ ഇങ്ങു കൊണ്ടുപോരുന്നു. അതീ ബാഗിലുണ്ട്. ബാഗ് എവിടെയാണ് ഒന്നു വെക്കുക'.

'ആ അലമാരയിൽ വച്ചോളൂ ചേച്ചി.'

സൂസൻ അലമാരക്ക് നേരെ കൈ ചൂണ്ടി.

അവധി കഴിഞ്ഞു സോഫിക്കും മിന്നുവിനും തിരിച്ചു പോകേണ്ട ദിവസമായി. സോഫി തിരക്കിട്ടു ഒരുങ്ങുകയാണ്. സൂസൻ അലമാരയിൽ നിന്നും സോഫിയുടെ ബാഗ് എടുത്തു കൊടുത്തു.

'ചേച്ചി.. കള്ളന്മാരൊക്കെയുള്ളതാ സൂക്ഷിക്കണേ..'

'അയ്യോ... അത് പറഞ്ഞപ്പോളാ ഓർത്തത്. കഴിഞ്ഞ തവണ ഗൾഫിൽ ചെന്നപ്പോൾ ഇച്ചായൻ വാങ്ങി തന്ന മാല നീ കണ്ടിട്ടില്ലല്ലോ.'

സോഫി ബാഗ് തുറന്ന് ഒരു പാക്കറ്റ് എടുത്ത് അതിൽ ഉണ്ടായിരുന്ന ആഭരണങ്ങൾ മുഴുവൻ ബെഡിലേക്ക് കുടഞ്ഞിട്ടു. സൂസന്റെ കണ്ണ് മഞ്ഞളിച്ചു പോയി. എന്തു മാത്രം ആഭരണങ്ങൾ. അതും എല്ലാം പുതിയ ഫാഷനിലുള്ളത്. അതിലൊരു ലോക്കറ്റിൽ അവളുടെ കണ്ണുകളുടക്കി. അവൾക്കു കൊതി തോന്നി. എന്ത് ഭംഗിയാണതിന്. അവൾക്ക് ഉള്ളിൽ ഒരു അസൂയ തോന്നി. വിവാഹത്തിന് വാങ്ങിയ ആഭരണങ്ങളാണ് സൂസൻ ഇപ്പോഴും ഉപയോഗിക്കുന്നത്. അതൊന്നു മാറ്റിവാങ്ങാൻ പോലും സിബിച്ചൻ സമ്മതിക്കില്ല. അതൊക്കെ നഷ്ടമാണ് എന്നാണവൻ പറയാറ്. ഒരു കാതിൽപൂ പോലും ഇന്നുവരെ വാങ്ങിക്കൊടുത്തിട്ടുമില്ല. അനാവശ്യമായി ഒരു പൈസ പോലും ചിലവാക്കാറില്ല സിബിച്ചൻ. യാതൊ

രു ദു:സ്വഭാവങ്ങളുമില്ല. സൂസനോടും മക്കളോടും വലിയ സ്നേഹമാണ്. അവരുടെ കാര്യങ്ങളിൽ ശ്രദ്ധാലുവുമാണ്.

സോഫി ആഭരണങ്ങൾ ഓരോന്നായി എടുത്ത് അതിന്റെ തൂക്കവും മറ്റു കാര്യങ്ങളുമൊക്കെ വിശദീകരിക്കുകയാണ്. ഈ സമയം സൂസന്റെ പെണ്മക്കൾ രണ്ടും ഓടിപ്പാഞ്ഞു വന്നു ബെഡിലേക്ക് കയറി. സൂസൻ അവരെ ഓടിച്ചു വിടാൻ നോക്കി. അതേ സമയം ഇളയവൾ ആ ലോക്കറ്റ് കൈക്കലാക്കി കണ്ണാടിയുടെ മുൻപിലേക്ക് ഓടി. അവളത് കഴുത്തിൽ കിടന്നിരുന്ന മാലയിൽ കൊരുത്തിട്ടു പുറത്തേക്കോടി. സൂസൻ അത് കണ്ടെങ്കിലും ഒന്നും മിണ്ടിയില്ല. സോഫിയാണെങ്കിൽ ഒരു ഡയമണ്ട് റിങ് കാണിച്ച് അതിനെക്കുറിച്ചു വിശദീകരിക്കുന്ന തിരക്കിലും.

'ഇതുവരെ റെഡി ആയില്ലേ.'

സിബിച്ചൻ വാതിൽക്കലെത്തി. അയാൾ ജോലിക്ക് പോകുന്ന വഴി അവരെ റെയിൽവേസ്റ്റേഷനിൽ ഡ്രോപ്പ് ചെയ്യും.. അതാണ് പതിവ്.

'ദാ.. കഴിഞ്ഞു.'

സോഫി മകളോടൊപ്പം റെഡി ആയി ഇറങ്ങി. കാറിൽ കയറാൻ നേരം സോഫി കുട്ടികളെ അന്വേഷിച്ചു. 'അവർ അവിടെ എവിടെയെങ്കിലും കാണും. ചേച്ചി കയറ്. സമയം പോകുന്നു.' സിബിച്ചൻ ധൃതി കൂട്ടി.

കാർ ഗേറ്റ് കടന്നു റോഡിലിറങ്ങി അപ്രത്യക്ഷമായതും സൂസൻ മക്കളെ വിളിച്ചു. രണ്ടാളും ഓടി വന്നു.

'എവിടെപോയതാ നീയൊക്കെ.' സൂസൻ ദേഷ്യപ്പെട്ടു.

'ഞങ്ങൾ അപ്പുറത്ത് ലിൻസിചേച്ചിയുടെ വീട്ടിൽ പോയതാ.'

'എന്നിട്ട്....?'

'ചേച്ചി അവിടെയില്ല.'

അത് കേട്ടതും സൂസന് സമാധാനമായി. മോളുടെകഴുത്തിൽ കിടക്കുന്ന ലോക്കറ്റ് അവൾ കണ്ടില്ലല്ലോ. സൂസൻ മക്കളെ അകത്തു കയറ്റി കതകടച്ചു. മര്യാദക്ക് ഇവിടിരുന്നോണം. അവൾ ടീവി ഓണാക്കി കൊടുത്തു. സൂസന് ടെൻഷനായി. ലോക്കറ്റ് മിസ്സായ വിവരം ചേച്ചി അറിയില്ലേ. എന്ത് വിചാരിക്കും. ചോദിച്ചാൽ എന്ത് പറയും. അവളുടെ സമാധാനം നഷ്ടപ്പെട്ടു. ഉച്ച കഴിഞ്ഞു മക്കളുറങ്ങിയപ്പോൾ അവളാ ലോക്കറ്റ് ഊരിയെടുത്ത് അതിന്റെ ഭംഗി ആസ്വദിച്ചു. പിന്നെ അലമാരയിൽ കൊണ്ടുവച്ചു. സിബിച്ചൻ ജോലിക്കും മക്കൾ സ്കൂളിലും പോയി കഴിയുമ്പോൾ സൂസൻ അതെടുത്തു കഴുത്തിലിടും. കണ്ണാടിയിൽ നോക്കി ഭംഗി ആസ്വദിക്കും.

മൂന്നു ദിവസം കഴിഞ്ഞപ്പോൾ സോഫിയുടെ കോൾ വന്നു. സൂസന് ചങ്കിടിച്ചു. കുശലാന്വേഷണങ്ങൾക്കു ശേഷം സോഫി പറഞ്ഞു. 'എന്റെ ഒരു ലോക്കറ്റ് എവിടെയോ മിസ്സ് ആയി. അന്ന് നമ്മൾ ബെഡിൽ കുടഞ്ഞിട്ടില്ലേ. അപ്പോഴെങ്ങാനും താഴെയോ മറ്റോ വീണോ എന്നറിയില്ല. നീയൊന്നു നോക്കണം.'

'ഇവിടെങ്ങും കണ്ടില്ല ചേച്ചി. എന്നാലും ഞാൻ ഒന്നുകൂടി നോക്കാം.'

അതു പറഞ്ഞു കഴിഞ്ഞപ്പോൾ സൂസന് ഒരു മനസാക്ഷിക്കുത്ത് തോന്നി.

'പിന്നെ സിബിച്ചൻ കുറച്ച് കാശിന്റെ ആവശ്യം പറഞ്ഞിരുന്നു. പൈസ ഞാൻ അവന്റെ അക്കൗണ്ടിലേക്കു അയച്ചിട്ടുണ്ട്.'

അത് കേട്ടതും സൂസന് സങ്കടം വന്നു. ഇങ്ങനെ ഒരാളോടാണല്ലോ താൻ കള്ളം പറഞ്ഞത്. അതും വെറുമൊരു ലോക്കറ്റിനു വേണ്ടി. ചേച്ചി ബുദ്ധിയുള്ളവളല്ലേ... ഞാൻ കള്ളം പറയുകയാണെന്ന് മനസ്സിലായിട്ടും മനസ്സിലാകാത്തതായി ഭാവിക്കുന്നതാണോ... സൂസൻ ആശങ്കപ്പെട്ടു.

പിറ്റേന്ന് സിബിച്ചന്റെ സഹപ്രവർത്തകയുടെ കല്യാണം ആയിരുന്നു. നീയും പിള്ളേരും വരണമെന്ന് പ്രത്യേകം പറഞ്ഞിട്ടുണ്ട്. സിബിച്ചൻ അവളെ ഓർമിപ്പിച്ചു. കല്യാണത്തിന് പോകാൻ ഒരുങ്ങുമ്പോൾ അവൾ മാലയിൽ ആ ലോക്കറ്റ് കൊരുത്തിട്ടു. എന്നിട്ട് കണ്ണാടിയിൽ ഭംഗി നോക്കി. അവളുടെ പ്രതിബിംബം അവളെ നോക്കി കള്ളി കള്ളി എന്ന് വിളിക്കുന്നതായി അവൾക്കു തോന്നി. 'അന്യന്റെ മുതൽ ഒരു ദിവസത്തേക്കെങ്കിലും അന്യായമായി കൈവശം വച്ചാൽ അത് നീതിക്കു വേണ്ടി ദൈവത്തെ നോക്കി നിലവിളിക്കും'. കഴിഞ്ഞ ഞായറാഴ്ച കുർബാനപ്രസംഗത്തിനിടെ അച്ചൻ പറഞ്ഞ വാചകം അവളോർത്തു. അവൾക്കു വല്ലാത്ത കുറ്റബോധം തോന്നി. ഉറക്കവും സമാധാനവും സന്തോഷവുമെല്ലാം ആ ലോക്കറ്റ് അപഹരിച്ചുവെങ്കിലും അതിന്റെ ഭംഗി കാണുമ്പോൾ അത് കൈവിട്ടു കളയാൻ അവൾക്കു മനസ്സ് വന്നില്ല. കല്യാണ തിരക്കിൽ സിബിച്ചന്റെ സഹപ്രവർത്തകർ പലരും അവളോട് സംസാരിച്ചു. അതിലൊരുത്തി ചോദിച്ചു..

'ലോക്കറ്റ് നല്ല ഭംഗിയുണ്ടല്ലോ... ഇതെവിടുന്നുവാങ്ങിയതാ...'

അത് കേട്ടതും അവൾ വിളറിപ്പോയി.

'ഗിഫ്റ്റ് കിട്ടിയതാ'. അവൾ ഒരുവിധം പറഞ്ഞൊപ്പിച്ചു. അവൾക്കു പേടിയായി. അവർ സിബിച്ചനോട് ലോക്കറ്റിനെക്കുറിച്ച് എന്തെങ്കിലും ചോദിക്കുമോ എന്ന് അവൾ ഭയപ്പെട്ടു. അവൾ മാലയും ലോക്കറ്റും സാരിക്കുള്ളിലേക്കിട്ടു. അവൾക്കു നെഞ്ചിൽ തേരട്ട ഇഴയുന്നത് പോലെ

തോന്നി. തിരികെ പോരാൻ കാറിൽ കയറിയപ്പോൾ സിബിച്ചൻ അവളോട് ചോദിച്ചു. 'നിനക്കെന്താ സുഖമില്ലേ.. കുറെ ദിവസമായി ഞാൻ ശ്രദ്ധിക്കുന്നു. ശരിക്കുറങ്ങുന്നുപോലുമില്ലല്ലോ.'

'ഒന്നുമില്ല.' അവൾ ഒഴിഞ്ഞുമാറി.

അവരെ വീട്ടിൽ ആക്കിയിട്ടു സിബിച്ചൻ പുറത്തേക്കു പോയി. സൂസൻ ഫോണെടുത്ത് സോഫിയെ വിളിച്ചു. 'ചേച്ചി.. അന്ന് മിസ്സ് ആയ ലോക്കറ്റില്ലേ.. അതു കിട്ടി കേട്ടോ.. ഞങ്ങൾക്കിന്നൊരു കല്യാണമുണ്ടായിരുന്നു. ഞാൻ അതിട്ടുകൊണ്ടാണ് പോയത്. കുഴപ്പമുണ്ടോ?'

'എന്ത് കുഴപ്പം. അത് കിട്ടിയല്ലോ. സമാധാനമായി.'

'ചേച്ചി വരുമോ കൊണ്ട് പോകാൻ. അതോ സിബിച്ചന്റെ കയ്യിൽ കൊടുത്തുവിടണോ'.

'എന്തിന്... അതു നീയെടുത്തോ. നിനക്കാണതു ചേരുന്നത്. ഇതു പോലെ വല്ല കല്യാണത്തിനൊക്കെ പോകുമ്പോൾ ഇട്ടോണ്ട് പോകാം. എനിക്ക് ഇച്ചായൻ കഴിഞ്ഞ ദിവസം കൂടെ ഒരാളുടെ കയ്യിൽ ഒരു മാലയും ലോക്കറ്റും കൊടുത്തു വിട്ടതെയുള്ളു.'

സൂസന്റെ കണ്ണ് നിറഞ്ഞു പോയി. അവൾക്കു സന്തോഷം അടക്കാനായില്ല. ചേച്ചിയുടെ നന്മ നിറഞ്ഞ മനസ്സ് തനിക്കു കാണാൻ കഴിഞ്ഞില്ലല്ലോ എന്നോർത്ത് അവൾ സങ്കടപ്പെട്ടു.

വൈകുന്നേരം ടിവിയുടെ മുന്നിലിരുന്നു ന്യൂസ് ചാനൽ കാണുന്ന സിബിച്ചന്റെ അടുത്തേക്ക് ചായയുമായി സൂസൻ ചെന്നു. അവൻ ടീവിയിൽ ശ്രദ്ധിച്ചിരിക്കുകയാണ്. അവൾ അടുത്തുചെന്ന് ലോക്കറ്റ് സിബിച്ചനെ കാണിച്ചു.

'കൊള്ളാമല്ലോ.. ഇതെവിടുന്നു കിട്ടി?' അവൻ അമ്പരന്നു.

'ചേച്ചി ഇവിടെ വച്ചു മറന്നു പോയതാ. എന്നോട് എടുത്തോളാൻ പറഞ്ഞു'.

'ഓ... അതൊന്നും വേണ്ട. തിരിച്ചു കൊടുത്തേക്ക്.'

അത് കേട്ടതും സൂസൻ ദേഷ്യപ്പെട്ടു. 'നിങ്ങൾ ഒന്നും വാങ്ങി തരത്തുമില്ല. ആരെങ്കിലും തന്നാൽ വാങ്ങാൻ സമ്മതിക്കത്തുമില്ല.'

'ഓ ശെരിശെരി... കൊടുക്കണ്ട.'

അന്ന് അത്താഴം കഴിഞ്ഞു കുട്ടികളുടെ കളിയും ചിരിയും കണ്ടിരുന്നപ്പോൾ സിബിച്ചൻ അവളോട് ചോദിച്ചു.

'ഞാൻ ആഭരണങ്ങളും സാരിയുമൊന്നും വാങ്ങിത്തരാത്തതിൽ നിനക്ക് വിഷമം ഉണ്ടല്ലേ... നമുക്ക് രണ്ടു പെൺകുട്ടികളല്ലേ. അവരെ വളർത്തണ്ടേ.... പഠിപ്പിക്കണ്ടേ.... കെട്ടിക്കണ്ടേ.... അതിനൊക്കെ പണം വേണ്ടേ.

അതുകൊണ്ടാണ് ഞാൻ സൂക്ഷിച്ചു പണം ചിലവാക്കുന്നത്. ഞാൻ അളിയനോട് ഒരു വിസ ചോദിച്ച് ഗൾഫിലേക്ക് പോയാലോ... അപ്പോൾ നമുക്ക് കുറേക്കൂടി നന്നായി ജീവിക്കാൻ കഴിയും.'

'നല്ല കാര്യമായി. നിങ്ങൾ ഉണ്ടായിട്ടുതന്നെ ഈ രണ്ടെണ്ണത്തിനെ മേയ്ക്കാൻ എനിക്ക് പറ്റുന്നില്ല. എനിക്ക് സാരിയും മാലയും ഒന്നും വേണ്ട. നിങ്ങൾ ഇവിടെ ഉണ്ടായിരുന്നാൽ മതി. നമുക്ക് ഉള്ളത് കൊണ്ട് ജീവിക്കാം.'

'പപ്പാ... മമ്മി അങ്ങനൊക്കെ പറയും. അപ്പുറത്തെ ലിൻസി ചേച്ചി പറഞ്ഞല്ലോ. സിബിച്ചനു രണ്ടു പെണ്മക്കളല്ലേ.... കെട്ടിക്കാൻ ഒരുപാട് പണം വേണ്ടിവരുമെന്ന്. അതുകൊണ്ട് പപ്പ പോയി കുറെ പണം കൊണ്ടുവാ.'

മകൾ പറഞ്ഞത് കേട്ട് സിബിച്ചനും സൂസനും അന്തംവിട്ടു പരസ്പരം നോക്കി. പിന്നെ പൊട്ടിച്ചിരിച്ചു.

മേരിക്കൊരു സാരി

വീട്ടിലെ ഏറ്റവും ഇളയ മകനായിരുന്നു പാപ്പച്ചൻ. അപ്പൻ നേരത്തെ മരിച്ചു പോയതുകൊണ്ടും ജ്യേഷ്ഠൻമാർ വിവാഹിതരായി ജോലി ആവശ്യാർത്ഥം അന്യസംസ്ഥാനങ്ങളിൽ ചേക്കേറിയത് കൊണ്ടും പാപ്പച്ചനും അമ്മച്ചിയും തനിച്ചായിരുന്നു താമസം. പാപ്പച്ചന്റെ ജോലിയിൽ നിന്നു കിട്ടുന്ന ചെറിയ വരുമാനത്തിൽ അവർ സന്തുഷ്ടരായി ജീവിച്ചു പോന്നു. അങ്ങനെ ഇരിക്കെ പാപ്പച്ചന്റെ അമ്മച്ചിക്കൊരു ആഗ്രഹം. പാപ്പച്ചനെ കൊണ്ട് പെണ്ണ് കെട്ടിക്കണം. തന്റെ കാലം കഴിഞ്ഞാൽ മകന് ആരുണ്ട് എന്ന ചിന്തയാണ് അവരെ അതിനു പ്രേരിപ്പിച്ചത്. സൽസ്വഭാവിയും കൃത്യമായി ജോലിക്കും പള്ളിയിലും പോകുന്ന, സദാ പ്രസന്നവദനനായി നടക്കുന്ന പാപ്പച്ചനു വേണ്ടിയുള്ള പെണ്ണന്വേഷണം ചെന്ന് നിന്നത് ശാലീനസുന്ദരിയായ മേരിക്കൊച്ചിലാണ്. നല്ല നേരം നോക്കി മേരിക്കൊച്ച് പാപ്പച്ചന്റെ ജീവിതത്തിലേക്കും വീട്ടിലേക്കും വലതുകാൽ വച്ചു കയറി. അതോടെ പാപ്പച്ചൻ കൂടുതൽ സന്തുഷ്ടനായി. ഷേവ് ചെയ്തു മിനുക്കിയ കവിളുകളും ചീകി മിനുക്കിയ മുടിയും നെയ്റോസ്റ്റ് പോലെ വടിവൊത്ത ഷർട്ടും ഒക്കെയിട്ട് പാപ്പച്ചൻ ജോലിക്ക് പോയി. മേരിക്കൊച്ച് വീട്ടുകാര്യങ്ങൾ ഭംഗിയായി നോക്കി.

മക്കളൊക്കെ ആയപ്പോൾ വീട്ടുചിലവ് പാപ്പച്ചന്റെ വരുമാനത്തിൽ ഒതുങ്ങാതെയായി. ഉന്തിന്റെ കൂടെ ഒരു തള്ള് എന്ന പോലെ പാപ്പച്ചനെ സഹായിക്കാൻ മേരിക്കൊച്ച് പശുവിനെയും ആടുകളെയുമൊക്കെ വളർത്താൻ തുടങ്ങി. എന്നും അതിരാവിലെ മേരിക്കൊച്ചിന്റെ കോഴികൾ കൂട്ടിൽ നിന്നും പറന്നിറങ്ങി. മേരിക്കൊച്ച് രാവിലെ നേരത്തെ എഴുന്നേൽക്കും... പണികളൊക്കെ തീർക്കും. സമയമുള്ളപ്പോളൊക്കെ പാപ്പച്ചനും അവളെ സഹായിക്കും. അവധി ദിവസങ്ങളിലൊക്കെ പാപ്പച്ചൻ മേരിക്കൊച്ചിന്റെ ഒപ്പമായിരിക്കും. സ്നേഹം കൂടുമ്പോൾ മേരിക്കൊച്ച് പാപ്പച്ചനോട് ചോദിക്കും...

'ഞാൻ മരിച്ചാൽ നിങ്ങൾ വേറെ കെട്ടുമോ?'

അത് കേൾക്കുമ്പോൾ പാപ്പച്ചന്റെ കണ്ണ് നിറയും. 'നീ മരിക്കില്ല'. അവൻ പറയും.

'എന്നാലും പറ... അവൾ നിർബന്ധിക്കും.' പാപ്പച്ചൻ അപ്പോൾ അവളുടെ തലയിൽ കൈ വച്ചു മക്കളെ കൊണ്ട് ആണയിടും. അപ്പോൾ അവൾക്കു സമാധാനമാകും.

ഇതൊക്കെയാണെങ്കിലും മേരിക്കൊരു വീക്നെസ് ഉണ്ട്. മറ്റൊന്നുമല്ല.. സാരി. സാരികളോട് വല്ലാത്ത ഭ്രമമാണ് മേരിക്ക്. പാപ്പച്ചന് അത് നന്നായി അറിയാം. ചിലപ്പോഴൊക്കെ ജോലി കഴിഞ്ഞു സാരിയും വാങ്ങി വരുന്ന പാപ്പച്ചനെ കാണുമ്പോൾ അപ്പുറത്തെ വീട്ടിലെ ശാന്ത ചേച്ചി വേലിക്കരികിൽ വന്നു ചോദിക്കും 'എന്താ പാപ്പച്ചാ കയ്യിൽ..?'

'ഓ.. മേരിക്കൊരു സാരിയാന്നെ'. പാപ്പച്ചൻ പുഞ്ചിരിയോടെ പറയും.

ആ ദാമ്പത്യം അങ്ങനെ സന്തുഷ്ടമായി മുന്നോട്ടു പോകുന്നതിനിടയിലാണ് ഒരു സംഭവം ഉണ്ടായത്. കുറെ ദിവസങ്ങളായി മേരിക്കൊച്ചിന് തലവേദന. പല മരുന്നും പരീക്ഷിച്ചു. കൂടുന്നതല്ലാതെ കുറയുന്നില്ല. പാപ്പച്ചന് ആധിയായി. മേരിയെ ഹോസ്പിറ്റലിൽ കൊണ്ടുപോയി. പരിശോധനക്കൊടുവിൽ ഫലം സ്ഥിരീകരിച്ചു. ബ്രെയിൻ ട്യൂമർ... പാപ്പച്ചൻ ഇടിവെട്ടേറ്റവനെപോലെയായി. മേരിക്കൊച്ച് വിതുമ്പി.

'എന്റെ കുടുംബം... എന്റെ കുഞ്ഞുങ്ങൾ...'

പാപ്പച്ചൻ അവളെ ആശ്വസിപ്പിച്ചു. 'നമുക്ക് വേറെ ഹോസ്പിറ്റലിൽ പോകാം. കിടപ്പാടം വിറ്റാണെങ്കിലും ഞാൻ നിന്നെ ചികിൽസിക്കും. നിനക്കൊന്നും സംഭവിക്കില്ല.'

മേരിക്കൊച്ച് സമ്മതിച്ചില്ല.

'ഏതായാലും ഞാൻ മരിക്കും. പിന്നെന്തിനാ എന്റെ പിള്ളേരെ വഴിയാധാരമാക്കുന്നത്.'

ഒന്നും വേണ്ടി വന്നില്ല. മേരിക്കൊച്ച് സ്വർഗത്തിലേക്ക് യാത്രയായി. പാപ്പച്ചൻ നടുക്കടലിൽ പെട്ടവനെപോലെയായി. അവനു മേരിയോടൊപ്പം പോകണമെന്നുണ്ട്. പക്ഷെ കുഞ്ഞുങ്ങളെ ഓർക്കുമ്പോൾ അത് കഴിയുന്നില്ല. വീട്ടുകാര്യങ്ങൾ നോക്കാൻ അവൻ നന്നേ പാടുപെട്ടു. മേരിക്കൊച്ച് എങ്ങനെയാണ് ഇതൊക്കെ എളുപ്പത്തിൽ കൈകാര്യം ചെയ്തിരുന്നതെന്ന് അവൻ അദ്ഭുതപ്പെട്ടു. മേരിക്കൊച്ചിന് പ്രിയപ്പെട്ട പശുവിനെയും ആടുകളേയുമൊക്കെ അവൻ വിറ്റൊഴിവാക്കി. എന്നിട്ടും വീട് അലങ്കോലപ്പെട്ടും ചുളിവ് വീണ ഷർട്ടും പാറിപ്പറന്ന മുടിയും ഷേവ് ചെയ്യാത്ത മുഖവുമായി പാപ്പച്ചനെയും കുട്ടികളെയും നാട്ടുകാർ കണ്ടു. സദാ കരഞ്ഞു കലങ്ങിയ കണ്ണുകളുമായി നടക്കുന്ന പാപ്പച്ചനെ കാണുമ്പോൾ ഇവനെ ഇങ്ങനെ വിട്ടാൽ പറ്റില്ലെന്ന് അവർ തീരുമാനിച്ചു. പാപ്പച്ചൻ വീണ്ടുമൊരു വിവാഹം കഴിക്കാൻ അവർ നിർബന്ധിച്ചു. അവൻ

അമ്പിനും വില്ലിനും അടുത്തില്ല. നാട്ടുകാർ വികാരിയച്ചനെ സമീപിച്ചു. എന്തെങ്കിലും ചെയ്തില്ലെങ്കിൽ ആ കുടുംബം തകർന്നുപോകുമെന്ന് അവർ അച്ചനെ ബോധ്യപ്പെടുത്തി. അച്ചൻ പാപ്പച്ചനോട് സംസാരിച്ചു. അവൻ പൊട്ടിക്കരഞ്ഞു കൊണ്ട് മേരിക്കൊച്ചിനോട് സത്യം ചെയ്ത കാര്യം അച്ചനോട് പറഞ്ഞു. അച്ചൻ അവനെ ആശ്വസിപ്പിച്ചു.

'മരിച്ചവർ ആരും തിരിച്ചു വരില്ല. നിന്റെ ഈ അവസ്ഥ കണ്ട് അവളുടെ ആത്മാവ് ദുഃഖിക്കുന്നുണ്ടാവും. നീയും കുഞ്ഞുങ്ങളും സന്തോഷമായി ഇരുന്നാലേ ആ ആത്മാവിനു സന്തോഷം ഉണ്ടാകൂ. ഇങ്ങനെ പോയാൽ നിന്റെ കുഞ്ഞുങ്ങളുടെ ഭാവി എന്താകും.'

അച്ചന്റെ നിർബന്ധത്തിനൊടുവിൽ പാപ്പച്ചൻ വിവാഹത്തിന് സമ്മതിച്ചു. പാപ്പച്ചന് ഒരു പെണ്ണിനെ കണ്ടെത്താൻ വേണ്ടി നാട്ടിലൊരു ഉത്സാഹക്കമ്മിറ്റി തന്നെ രൂപപ്പെട്ടു. അവരുടെ അന്വേഷണം ചെന്ന് നിന്നത് സാമ്പത്തിക പരാധീനത മൂലം വിവാഹം നടക്കാതെ നിന്ന ഒരു പെണ്ണിലാണ്. അദ്ഭുതമെന്നേ പറയേണ്ടു.... അവളുടെ പേരും മേരി എന്ന് തന്നെ ആയിരുന്നു. അങ്ങനെ രണ്ടാമതൊരു മേരിയും കൂടി പാപ്പച്ചന്റെ ജീവിതത്തിലേക്ക് വലതുകാൽ വച്ചു കയറി. കാര്യങ്ങളെല്ലാം പഴയ പോലെ ആയി. മേരി കുട്ടികളെയും വീട്ടുകാര്യങ്ങളും ഭംഗിയായി നോക്കി. പശുവും ആടുമൊക്കെ തൊഴുത്തിലേക്കു തിരിച്ചു വന്നു. ഇതൊക്കെയാണെങ്കിലും പാപ്പച്ചനു മാത്രം മാറ്റമൊന്നുമില്ല. കരഞ്ഞു കലങ്ങിയ കണ്ണുകളുമായി തല കുമ്പിട്ട് അവൻ നടന്നു. ചില രാത്രികളിൽ കുട്ടികളെയും കെട്ടിപ്പിടിച്ചു കിടക്കുമ്പോൾ അപ്പുറത്തെ കട്ടിലിൽ നിന്നും കരച്ചിൽ ചീളുകൾ മേരിയുടെ ചെവിയിലെത്തി. അവൾക്കു ഹൃദയവേദന തോന്നി. ഒരു ദിവസം അവൾ പാപ്പച്ചനോട് സംസാരിച്ചു.

'ഇഷ്ടമില്ലാതെയാണ് എന്നെ കെട്ടിയതെന്നു എനിക്കറിയാം. അത് സാരമില്ല. പക്ഷെ നിങ്ങളിങ്ങനെ കരഞ്ഞും ദുഃഖിച്ചും വല്ലതും വരുത്തി വച്ചാൽ എന്റെ കാര്യം പോട്ടെ, ഈ കുഞ്ഞുങ്ങളുടെ അവസ്ഥ എന്താവും. ചേച്ചി മരിച്ചിട്ടു ഇത്ര കാലമായില്ലേ. ഇനിയെങ്കിലുമൊന്നു സമാധാനിക്ക്.'

പാപ്പച്ചൻ കരയാൻ തുടങ്ങി. 'നീയെന്നോട് ക്ഷമിക്ക് മേരി. ഞാൻ അവൾക്കു വാക്ക് കൊടുത്തിരുന്നതാ വേറെ കെട്ടില്ലായെന്ന്. എന്നിട്ടാണ് ഞാൻ...'

'എന്റെ പാപ്പച്ചായാ... നിങ്ങളുടെ ഈ അവസ്ഥ കണ്ട് ചേച്ചിയുടെ ആത്മാവ് എന്തുമാത്രം ദുഃഖിക്കുന്നുണ്ടാവും. നിങ്ങൾ സന്തോഷമായി ഇരിക്ക്. എന്നാലല്ലേ ചേച്ചിയുടെ ആത്മാവിനു സമാധാനം ഉണ്ടാകൂ.

നിങ്ങൾ എന്നെ സ്നേഹിക്കാത്തത്തിൽ എനിക്ക് സങ്കടം ഒന്നുമില്ല. ഒന്നുമില്ലെങ്കിലും നാട്ടുകാരുടെ മുന്നിൽ നിങ്ങളുടെ ഭാര്യയല്ലേ ഞാൻ. നിങ്ങളുടെ രണ്ടു മക്കളുടെ അമ്മയാവാൻ പറ്റിയില്ലേ എനിക്ക്. കിടന്നുറങ്ങാൻ വീടും കഴിക്കാൻ ആഹാരവും ഉടുക്കാൻ വസ്ത്രവും കിട്ടുന്നുണ്ടല്ലോ. അത് തന്നെ ധാരാളം.'

അന്ന് രാത്രി പാപ്പച്ചൻ ഒരു സ്വപ്നം കണ്ടു. സ്വപ്നമോ യാഥാർഥ്യമോ. അയാൾക്കു വേർതിരിച്ചറിയാൻ കഴിഞ്ഞില്ല. മേരിക്കൊച്ച് അയാളുടെ അടുത്തുവന്നു. കട്ടിലിലിരുന്നു. തലയിലും മുഖത്തും തലോടി. 'എന്തൊരു കോലമാ പാപ്പച്ചായാ ഇത്. എന്ത് സുന്ദരനായി നടന്ന മനുഷ്യനാ. നിങ്ങൾ എന്തിനാ ഇങ്ങനെ വിഷമിക്കുന്നത്.' മേരിക്കൊച്ച് മേരിയെയും മക്കളെയും നോക്കി. 'അവൾ പാവമല്ലേ പാപ്പച്ചായാ . എത്ര നന്നായിട്ടാ നമ്മുടെ മക്കളെ നോക്കുന്നത്. നിങ്ങൾ അവളോടൊപ്പം സന്തോഷമായി ജീവിക്കൂ. ഞാൻ തന്നെയാണ് അവൾ എന്ന് വിചാരിച്ചാൽ മതി.'

'മേരി.... ഞാൻ...' പാപ്പച്ചൻ വിങ്ങിപ്പൊട്ടി.

'ദേ... ഈ വെള്ളം കുടിക്ക്. ക്ഷീണമൊക്കെ മാറട്ടെ. മേരി മേശപ്പുറത്ത് അടച്ചു വച്ചിരുന്ന വെള്ളമെടുത്ത് മേരിക്കൊച്ച് പാപ്പച്ചനു കൊടുത്തു. ഞാൻ പോട്ടെപാപ്പച്ചായാ..'

'മേരിക്കൊച്ചേ... നിനക്കെന്നോട് പിണക്കമൊന്നുമില്ലല്ലോ..'

'മരിച്ചവരുടെ ലോകത്തു പിണക്കവും ദേഷ്യവുമൊന്നുമില്ല പാപ്പച്ചായാ..'

മേരിക്കൊച്ച് അപ്രത്യക്ഷയായി. പാപ്പച്ചൻ ഞെട്ടി ഉണർന്നു ഉറക്കെ വിളിച്ചു... 'മേരി... മേരിക്കൊച്ചേ....'

പാപ്പച്ചന്റെ ഒച്ചയും വിളിയും കേട്ട് മേരി ചാടി എഴുന്നേറ്റു.

'എന്താ പാപ്പച്ചായാ... സ്വപ്നം വല്ലതും കണ്ടോ. വെറുതെ അതുമിതുമൊക്കെ ആലോചിച്ചു കിടന്നിട്ടാ. വെള്ളം വേണോ.' ഗ്ലാസിനു നേരെ കൈ നീട്ടിയ മേരി കൈ പിൻവലിച്ചു. ഗ്ലാസ് കാലിയായിരുന്നു. 'ആഹാ വെള്ളം കുടിച്ചോ. വേറെ എടുത്തു കൊണ്ടുവരണോ'.

'വേണ്ട.'

'എന്നാൽ ഞാൻ ഇവിടിരിക്കാം. ഉറങ്ങിക്കോ.. രാവിലെ ജോലിക്ക് പോകേണ്ടതല്ലേ.' മേരി അവന്റെ നെറ്റിയിൽ കുരിശു വരച്ച് അരികത്തിരുന്നു. വളരെ കാലത്തിനു ശേഷം പാപ്പച്ചൻ സുഖമായി, സ്വസ്ഥമായി ഉറങ്ങി.

പിറ്റേന്ന് രാവിലെ ഷേവ് ചെയ്തു മുടി ചീകി മിനുക്കി മേരി തേച്ചു

വച്ച ഷർട്ടുമിട്ട് മേരിക്കൊരു പുഞ്ചിരിയും സമ്മാനിച്ച് പാപ്പച്ചൻ ജോലിക്ക് പോയി. ജോലി കഴിഞ്ഞു തിരിച്ചു വന്ന പാപ്പച്ചന്റെ കയ്യിലെ പാക്കറ്റ് കണ്ട് ശാന്ത ചേച്ചി വിളിച്ചു ചോദിച്ചു.

'എന്താ പാപ്പച്ചാ കയ്യിൽ?'

' ഓ.. മേരിക്കൊരുസാരിയാന്നേ...'

ആത്മാക്കൾക്ക് ഒരിടം

അനിരുദ്ധൻ മുറ്റത്തുനിന്ന് ചുറ്റും നോക്കി. ഗാർഡനിൽ നിറയെ ഇലച്ചെടികളും പൂച്ചെടികളും ഭംഗിയായി ക്രമീകരിച്ചിരിക്കുന്നു. വീടാണെങ്കിൽ വളരെ ഭംഗിയോടെ തലയുയർത്തി നിൽക്കുന്നു. പുതിയ വണ്ടി പോർച്ചിൽ എത്തിയിട്ട് രണ്ടു ദിവസം ആകുന്നതേ ഉള്ളു. കണ്ടിട്ടും കണ്ടിട്ടും മതിയാകാത്തപോലെ.

സിനിമാതാരങ്ങളും മറ്റും താമസിക്കുന്ന ഏരിയ ആണ്. അവിടെ സ്ഥലം വാങ്ങി വീട് വയ്ക്കാൻ കഴിഞ്ഞു എന്നുള്ളത് അഭിമാനം ഉള്ള കാര്യമാണ്. അനിരുദ്ധന് ഒരു ഉത്സാഹവും സന്തോഷവുമൊക്കെ തോന്നി.

വീട് കാണാൻ വരുന്നവർ ലോഭം ഇല്ലാതെ അഭിനന്ദനങ്ങൾ വാരിച്ചൊരിയുമ്പോൾ സുമ അഭിമാനത്തോടെ അനിരുദ്ധനെ നോക്കും. വീടിന്റെ മുക്കിലും മൂലയിലും വരെ അവളുടെ കരവിരുത് ഉണ്ട്. വീടിന്റെ പ്ലാനും മേൽനോട്ടവും ഇന്റീരിയറും എല്ലാം അവളായിരുന്നു. അല്ലെങ്കിലും തനിക്ക് പണം ഉണ്ടാക്കാനേ അറിയൂ. വേണ്ടപോലെ കൈകാര്യം ചെയ്യുന്നത് അവളാണ്. എവിടൊക്കെ നിക്ഷേപിക്കണം എന്നും എങ്ങനെ ലാഭം ഉണ്ടാക്കണം എന്നുമൊക്കെ അവൾക്കു നന്നായി അറിയാം.

എന്നാലും ചെറിയ ഒരു വിഷമം ഉണ്ട് അനിരുദ്ധന്റെ മനസ്സിൽ. അത് ഇവിടെ നിന്നും കുറച്ചു ദിവസം മുൻപ് തലതാഴ്ത്തി ഇറങ്ങി പോയ സ്വന്തം ചേട്ടനെ കുറിച്ചു ഓർക്കുമ്പോൾ ആണ്.

കല്യാണം കഴിഞ്ഞപ്പോഴേ സുമ പറഞ്ഞു ഇത്തിരി മണ്ണും പ്രതീക്ഷിച്ചു തറവാട്ടിൽ നിന്നാൽ സകല ഉത്തരവാദിത്വവും നമ്മുടെ തലയിൽ ആകും. നമുക്ക് രക്ഷപെടാം എന്ന്. ഉത്തരവാദിത്വം എന്നു അവൾ ഉദേശിച്ചത് അച്ഛനെയും അമ്മയെയും പഠിച്ചുകൊണ്ടിരുന്ന ഇളയ പെങ്ങളെയും ആയിരുന്നു.

ചേട്ടൻ പണ്ടേ പരാതികൾ ഇല്ലാത്തവൻ ആയിരുന്നു. ഒരു സാധു. തന്റെയും പെങ്ങളുടെയും കാര്യം കഴിഞ്ഞേ ചേട്ടന് എന്തും ഉണ്ടായിരുന്നുള്ളു. എല്ലാവർക്കും സമയത്തും കാലത്തും വച്ചു വിളമ്പാൻ മാത്രം അറിയാവുന്ന ചേട്ടത്തിയും. രണ്ടുപേരും പരാതികൾ ഒന്നുമില്ലാതെ അച്ഛനെയും അമ്മയെയും നോക്കി. രോഗികൾ ആയപ്പോൾ ചികിൽസിച്ചു,

പെങ്ങളെ പഠിപ്പിച്ചു, അന്തസായി കെട്ടിച്ചു വിട്ടു. അവളുടെ കല്യാണ ത്തിന് എന്തെങ്കിലും കൊടുക്കാം എന്നു പറഞ്ഞപ്പോൾ സുമ സമ്മതി ച്ചില്ല. അതൊക്കെ ചേട്ടൻ നടത്തിക്കോളും നമ്മൾ വീതം ഒന്നും വാങ്ങി യിട്ടില്ലല്ലോ എന്നു പറഞ്ഞു. സമയത്ത് പോയി കല്യാണം കൂടി അവൾ ക്കു ഒരു ചെറിയ ഗിഫ്റ്റും കൊടുത്തു പോന്നു.

കഴിഞ്ഞ ആഴ്ച ചേട്ടൻ തന്നെ കാണാൻ വന്നു. കുറച്ചു പ്രശ്നത്തി ലാണ്. ഞാൻ കൂട്ടിയാൽ കൂടില്ല കച്ചവടം മോശമാണ്. ഒന്നു സഹായി ക്കണം കടക്കാർ സമാധാനം തരുന്നില്ല. വെറുതെ വേണ്ട വീടും സ്ഥ ലവും നീ എടുത്തോ ഞാൻ വാടകയ്ക്കു മാറിക്കോളാം. അച്ഛനും അമ്മയും ഉറങ്ങുന്ന മണ്ണല്ലേ നീ തന്നെ വാങ്ങണം. നിനക്കും അവകാ ശപ്പെട്ടത് അല്ലേ. ചേട്ടന്റെ അപേക്ഷയായിരുന്നു. എന്റെ വീതം എങ്കിലും വിൽക്കാൻ നോക്കിയിട്ട് നടക്കുന്നില്ല സഹായിക്കണം. നീയത് വാങ്ങണം.

സഹായിക്കണം എന്നുണ്ടായിരുന്നു. ചെറുപ്പം തൊട്ടേ എല്ലാ ഉത്തര വാദിത്വങ്ങളും തലയിൽ എടുത്തുവച്ച ആളാണ് ചേട്ടൻ. താൻ കുടും ബത്തിനു വേണ്ടി ഒന്നും ചെയ്തിട്ടില്ല

പക്ഷേ സുമ അവളുടെ ഒരു നോട്ടം കൊണ്ട് തന്നെ വിലക്കി. അവൾ അങ്ങനെ ആണ് വേണ്ടതും വേണ്ടാത്തതും ഒരു നോട്ടത്തിലൂടെ മന സിലാക്കി തരും. ഇതാണോ നോക്കു മർമ്മം എന്ന് താൻ അവളോട് പലപ്പോഴും ചോദിക്കാറുണ്ട്.

ഏതായാലും വീടുവച്ച പ്രാരബ്ധവും ലോൺ അടക്കാനുണ്ടെന്നും ഒക്കെ പറഞ്ഞു താൻ ചേട്ടനെ നൈസ് ആയിട്ട് ഒഴിവാക്കി.

'ഉണ്ടെങ്കിൽ നീ തരും എന്നറിയാം. സാരമില്ല' എന്നു പറഞ്ഞു ചായ പോലും കുടിക്കാൻ നിൽക്കാതെ ചേട്ടൻ ഇറങ്ങി പോയി. അതോർക്കു മ്പോൾ ഒരു വിഷമം.

'ചേട്ടൻ അതൊക്കെ മാനേജ് ചെയ്തോളുമെന്നേ. സഹായിക്കാൻ നിന്നാൽ അതിനെ നേരം കാണൂ..' സുമ അശ്വസിപ്പിച്ചു.

'ആ സ്ഥലം നല്ലതായിരുന്നു. പുഴയൊക്കെ അടുത്ത് ഉള്ളതല്ലേ. പിന്നെ പഴയ തടിപ്പണിയൊക്കെയുള്ള തറവാടും ഒന്നു പുതുക്കി എടുത്തു നന്നാ യി ഇന്റീരിയർ ഒക്കെ ചെയ്താൽ വല്ലപ്പോളുമൊക്കെ പോയി താമസി ക്കാൻ നല്ലതാണ്.'

'പക്ഷെ നമ്മൾ അത് വാങ്ങിച്ചാൽ നാട്ടുകാര് പറയും ചേട്ടനെ ഇറ ക്കി വിട്ടെന്ന്. അത് വേണ്ട.' അവൾ കട്ടായം പറഞ്ഞു.

തന്നെ സംബന്ധിച്ചിടത്തോളം ചേട്ടൻ ചോദിച്ചത് ഒരു ചെറിയ തുക ആയിരുന്നു. നിസ്സാരമായി അത് കൊടുക്കാമായിരുന്നു പക്ഷെ സുമ..

ചേട്ടനെ ഒന്നു വിളിച്ചാലോ അനിരുദ്ധൻ ഓർത്തു.

'അതേ ഇവിടെ നിൽക്കുവാണോ സമയം പോകുന്നു പെട്ടെന്ന് റെഡിയായിക്കേ. രജിസ്റ്റർ ഓഫീസിൽ പോകണ്ടേ.' സുമയാണ്. ഇന്നൊരു സ്ഥലത്തിന്റെ രജിസ്ട്രേഷൻ ഉണ്ട്. ആ വഴി പോകുമ്പോൾ എല്ലാം സുമ പറയും എന്തു ഭംഗി ഉള്ള സ്ഥലം ഇവിടെ കുറച്ചു സ്ഥലം കിട്ടിയിരുന്നെങ്കിൽ എന്ന്. അതാണ് അവിടെ സ്ഥലം കൊടുക്കാൻ ഉണ്ട് എന്നു കേട്ടപ്പോൾ താൻ ചാടി വീണത്. വലിയ വിലപേശലിനു ഒന്നും നിന്നില്ല. സുമക്ക് സന്തോഷം ആകട്ടെ. ഇന്നാണ് അതിന്റെ രജിസ്ട്രേഷൻ. പെട്ടെന്ന് തന്നെ റെഡി ആയി.

ഇറങ്ങാൻ തുടങ്ങുമ്പോൾ ആണ് ഫോൺ ബെല്ലടിച്ചത്.

'നിങ്ങളുടെ അമ്മാവൻ ആണ് വല്ല വള്ളി കേസുകെട്ടും ആയിരിക്കും എടുക്കണ്ട.' സുമ വിലക്കി. 'ഇതിനൊന്നും ഒരു പണിയും ഇല്ലേ. ഒരു നല്ല കാര്യത്തിനു പോകുമ്പോൾ ആണ്.' അവൾക്കു ദേഷ്യം വന്നു.

ഫോൺ വീണ്ടും ബെല്ലടിച്ചു

'ഇയ്യാളെ ഇന്ന് ഞാൻ...' അവൾ ദേഷ്യത്തോടെ ഫോൺ എടുത്തു ഹലോ പറഞ്ഞു. പിന്നെ തന്റെ നേരെ നീട്ടി. വേറെ ആരോ ആണ്.

ഫോണിലൂടെ കേട്ട വാർത്ത കേട്ടു ഞെട്ടിത്തരിച്ചുള്ള നിൽപ്പു കണ്ടു സുമ കാര്യം തിരക്കി. ചേട്ടന് എന്തോ അപകടം അനിരുദ്ധൻ സ്വരം താഴ്ത്തി പറഞ്ഞു.

'നിങ്ങളുടെ ചേട്ടനെക്കൊണ്ട് തോറ്റു. മനുഷ്യനെ മെനക്കെടുത്താനായിട്ട്, എന്തൊരു കഷ്ടമാണ്.'

അനിരുദ്ധൻ അവളെ തുറിച്ചു നോക്കി. പിന്നെ കൈവീശി അവളുടെ കരണക്കുറ്റിക്കു ഒന്നു കൊടുത്തു. പിന്നെ കൊടുംകാറ്റുപോലെ പുറത്തേക്കു ഇറങ്ങി കാറിൽ കയറി ഓടിച്ചുപോയി.

കടം കയറി ചേട്ടനും കുടുംബവും ആത്മഹത്യ ചെയ്തതറിഞ്ഞു വന്നവരെല്ലാം പിരിഞ്ഞു പോയിരിക്കുന്നു. ഏറ്റവും അടുത്ത ബന്ധുക്കൾ മാത്രം അവിടവിടെ അടക്കം പറച്ചിലുകളും കരച്ചിലുമായി ഇരിപ്പുണ്ട്.

അനിരുദ്ധൻ തല കുമ്പിട്ടു കട്ടിലിന്റെ അരികിൽ ഇരുന്നു. ജനലിലൂടെ കാണാം പച്ച മണ്ണ് പുതച്ച നാലു മൺകൂനകൾ.

അനിക്കുട്ടാ കരയല്ലേ ചേട്ടന്റെ ശബ്ദം,

മോനെ ഇത്തിരി ചോറുകൂടി ഇടട്ടെ.. ചേട്ടത്തി.

കൊച്ചച്ചാ ഞാൻ കൊച്ചച്ചനെ വരച്ചത് കണ്ടോ.. അപ്പു ആണ്

ഞാനും വരച്ചല്ലോ.. അമ്മുവാണ്,

അനിരുദ്ധന്റെ കണ്ണുകൾ നിറഞ്ഞൊഴുകി.

'മോനെ ഇത് നിനക്കുള്ളതാണ്.' അമ്മാവൻ ഒരു കത്ത് നീട്ടി. 'അവൻ പാവമായിരുന്നു. അവന് പിടിച്ചു നിൽക്കാൻ പറ്റിയില്ല. ആരുമുണ്ടായില്ല ആപത്തിൽ അവനെ സഹായിക്കാൻ.' അമ്മാവൻ കരഞ്ഞു.

അനിരുദ്ധൻ കത്ത് നിവർത്തി..

'അനിക്കുട്ടാ, മോൻ ക്ഷമിക്കണം വേറെ വഴിയില്ലായിരുന്നു. എന്റെ കടങ്ങൾ മോൻ വീട്ടണം. വീടും സ്ഥലവും മോൻ ആർക്കും കൊടുക്കരുത്. അച്ഛനും അമ്മയും ഇവിടെ ഉണ്ട്. പിന്നെ ഇപ്പോൾ ഞങ്ങളും.'

നെഞ്ചുരുകി അനിരുദ്ധൻ കരഞ്ഞു. തെറ്റിപ്പോയി, ഇനി ഒരിക്കലും തിരുത്താൻ കഴിയില്ല

'ഇതെന്താണ്', മുറിയിലേക്ക് കയറിവന്ന സുമ അനിരുദ്ധന്റെ കയ്യിലിരുന്ന പേപ്പർ നോക്കി ചോദിച്ചു. ആയാൾ കത്ത് അവൾക്കു നേരെ നീട്ടി. എന്നിട്ട് അവളെ നോക്കി ചിരിച്ചു, പൊട്ടിപ്പൊട്ടി ചിരിച്ചു. അതു കണ്ട് സുമ അന്തം വിട്ടു. അവന്റെ മനസ് കൈവിട്ടു പോയി എന്നത് ഉൾക്കൊള്ളാൻ കഴിയാതെ അവൾ അമ്പരപ്പോടെ അവനെ നോക്കി.

'നീ പറഞ്ഞില്ലേ ഈ വീട് ഇടയ്ക്കു വന്നു താമസിക്കാൻ നല്ലതാണ് എന്ന്. ഇനി നമ്മളാണ് ഇതിന്റെ അവകാശികൾ. ഇന്റീരിയർ എല്ലാം നീ തന്നെ ചെയ്യണം കേട്ടോ', അയാൾ വീണ്ടും വീണ്ടും ചിരിച്ചു, 'പിന്നെ കുറച്ചു ആത്മാക്കൾ ഉണ്ട് ഇവിടെ. അവരിവിടം വിട്ടു പോകില്ല. അവർക്ക് ഒരിടം നീ കണ്ടു പിടിക്കണം അവരെ കുടിയിരുത്താൻ. നിനക്ക് അതൊക്കെ പറ്റും നീ മിടുക്കിയല്ലേ. എല്ലാം ഭംഗിയായി നടത്താൻ കഴിവുള്ളവൾ അല്ലേ..'

അയാൾ വീണ്ടും വീണ്ടും ചിരിച്ചുകൊണ്ടിരുന്നു.

അവന്റെ ചിരി കേട്ട് അവൾ പകച്ചു.

ജീവിതം കൈവിട്ടു പോയതു കണ്ട്...

തെറ്റിപ്പോയ കണക്ക് കൂട്ടലുകളുമായി..

പണം മാത്രമല്ല ബന്ധങ്ങളും നന്നായി കൈകാര്യം ചെയ്യേണ്ടിയിരുന്നു എന്നോർത്ത് കുറ്റബോധത്തോടെ സുമയും അയാളെ കെട്ടിപ്പിടിച്ചു ഉറക്കെ കരഞ്ഞു.

മാലാഖയുടെ സംഗീതം

"മറിയ കൊച്ചേ കറി ആയോ?" അമ്മച്ചിയുടെ ചോദ്യം കേട്ടപ്പോ അനു മോൾക്ക് ദേഷ്യം വന്നു. ഈ അമ്മച്ചി എത്ര പറഞ്ഞാലും കേൾക്കില്ല. മറിയ കൊച്ചേ എന്നു വിളിക്കരുത് എന്നു.

"കേട്ടു കേട്ടു" നാട്ടുകാരെല്ലാം അങ്ങനെ ആണ് വിളിക്കുന്നത്. ആൻ മരിയ എന്നാണ് അനു മോൾടെ മാമോദിസ പേര്. അന്നമ്മയും മറിയാമ്മയും രണ്ടു വല്യമ്മച്ചിമാരുടെയും പേര് ചേർത്തു ഇട്ടതാണ്. വീട്ടിൽ അനുമോൾ എന്നും. പക്ഷെ ആരും അനു എന്നു വിളിക്കാറില്ല. സണ്ണിച്ചൻ ആണെങ്കിൽ മരിയക്കുട്ടി എന്നാണ് വിളിക്കുക.

സണ്ണിച്ചന്റെ കാര്യം ഓർത്തപ്പോൾ അവൾക്കു സങ്കടം വന്നു. അവനു ഇഷ്ടപ്പെട്ട കറി ആണ് ചക്കക്കുരു മാങ്ങാ കറി. അതാണ് അവൾ ഉണ്ടാക്കി കൊണ്ടു വരുന്നത്. രാവിലെ മരിയ കൊച്ചു പല്ല് തേച്ചു കൊണ്ടു മുറ്റത്തു നിന്നപ്പോ വേലിയിൽ പടർന്നു കിടന്ന പാവലിൽ ഒരു പാവം പാവയ്ക്കാ മരിയ കൊച്ചിനെ നോക്കി ഒന്ന് ചിരിച്ചു. അതിപ്പം തോരൻ ആയി ഡൈനിങ്ടേബിളിൽ ഇരിപ്പുണ്ട്. ചാറു കറി പാത്രത്തിൽ ആക്കി അതും ടേബിളിൽ വച്ചു. ഇന്നലത്തെ മീൻ കറി ഇരിപ്പുണ്ട്. മീൻ ഫ്രൈ കൂടി ആക്കിയാൽ മതി. ജോലി ചെയ്തു കൊണ്ടിരിക്കുന്നതാണ് അവൾക്ക് ഇഷ്ടം.

"എന്തിനാ കൊച്ചേ നീ ഈ വയ്യാത്ത കാലും വച്ച്.." അമ്മച്ചി അങ്ങനെ പറയുന്നത് അവൾക്കു ഇഷ്ടമല്ല. ജന്മനാ അവളുടെ ഒരു കാലിനു ചെറിയ ഒരു പ്രശ്നം ഉണ്ട്. കുറച്ചു ഏന്തി ആണ് നടക്കുന്നത്. അതുകൊണ്ട് എന്താ ദൈവം വേറെ പലതും അവൾക്കു വാരി കോരി കൊടുത്തു. അത്രയും സൗന്ദര്യം ഉള്ള ഒരു പെൺകുട്ടി ആ ഇടവകയിൽ വേറെ ഇല്ല. നല്ല തങ്കം പോലത്തെ സ്വഭാവം. പോരാഞ്ഞിട്ട് ദൈവം കൈ തൊട്ടു അനുഗ്രഹിച്ചു വിട്ട ശബ്ദ മാധുര്യം. ഇടവക പള്ളിയിൽ പാടുന്നത് അവൾ ആണ്. സണ്ണിച്ചൻ വിളിക്കുമ്പോൾ ചോദിക്കും അടുത്ത ഞായറാഴ്ച്ച ഏതു പാട്ടൊക്കെയാ പാടുന്നത് എന്ന്.

കഴിഞ്ഞ ഞായറാഴ്ച പള്ളിയിൽ പോകാൻ ഇറങ്ങിയപ്പോൾ ആണ് സണ്ണിച്ചൻ വിളിച്ചത്. പള്ളിയിൽ പോകാൻ സമയം ആയി എന്നു പറ

ഞ്ഞപ്പോൾ അവൻ പറഞ്ഞു.

"മരിയക്കുട്ടി, എന്റെ കൂടെ ജോലി ചെയ്യുന്ന ഒരു ലെബനൻകാരൻ പറഞ്ഞതാ, അറബ് ലോകം ഒന്നിച്ചു നിൽക്കുന്നത് ഒരു കാര്യത്തിന് മാത്രം ആണ്. നാൻസി അജ്മറിന്റെ പാട്ടു കേൾക്കാൻ. അതുപോലെ ഇടവകക്കാർ എല്ലാം ഒന്നിച്ചു കാതോർത്തു നിൽക്കുവല്ലേ മരിയക്കുട്ടിയുടെ പാട്ടു കേൾക്കാൻ. വേഗം ചെല്ല്.."

അത് സത്യം ആണ്. ഇടവക പള്ളിയിലെ അച്ചൻ പറയും, മരിയക്കുട്ടി, നീ ഇങ്ങനെ പാടിയാൽ മാലാഖമാർ ആകാശത്തു നിന്നു ഭൂമിയിലേക്കു ഇറങ്ങി വരും നിന്റെ പാട്ടു കേൾക്കാൻ. ആൻ മരിയ പാടുമ്പോൾ ആളുകൾ ആ സ്വരമാധുരിയിൽ ലയിച്ചു അങ്ങനെ നിൽക്കും.

ഇടയ്ക്കു ആൻ മരിയ പള്ളിയിൽ പോക്കും പാട്ടും നിർത്തിയതായിരുന്നു. ആൻ മരിയയുടെ പാട്ടു ഇല്ലാതായപ്പോൾ പള്ളിക്കകം നിർജീവം ആയതു പോലെ. എല്ലാ മുഖങ്ങളിലും മ്ലാനത. സംഭവം ഇതാണ് സൈമൺ. അവൻ എന്നും അൾത്താരയുടെ മുൻപിൽ തന്നെ മരിയക്കുട്ടിയുടെ പാട്ടിൽ ലയിച്ചു അങ്ങനെ നില്കും. അവളുടെ സൗന്ദര്യം കണ്ണെടുക്കാതെ അവൻ നോക്കി നിൽക്കും. സ്വർഗത്തിൽ നിന്നു ഇറങ്ങി വന്ന മാലാഖ ആണ് പാടുന്നത് എന്ന് അവനു തോന്നും.. ആൻ മരിയയും അത് അറിയുന്നുണ്ടായിരുന്നു. അറിയുന്നതായി ഭാവിക്കാറില്ല എന്നു മാത്രം. സൈമണിന് കല്യാണ ആലോചന മുറുകിയപ്പോൾ അവൻ അമ്മയോട് അവന്റെ മനസ്സ് തുറന്നു.

പിന്നെ നടന്നത് തൃശൂർ പൂരത്തിന്റെ വെടിക്കെട്ടു ആയിരുന്നു. തള്ള ഭദ്ര കാളി ആയി. ഇടി നാശവും വെള്ളപ്പൊക്കവും എന്നു പറഞ്ഞാൽ മതിയല്ലോ. സുനാമി പോലെ പാഞ്ഞു കയറി അവർ ആൻ മരിയയുടെ വീട്ടിൽ എത്തി. നാഷണൽ ഹൈവേയുടെ നീളമുള്ള നാക്കുകൊണ്ടു അവർ ആ വീട്ടിൽ ഉള്ളവരുടെ മനസ്സമാധാനം മുഴുവൻ തൂത്തു വാരി. എടി ചട്ടുകാലി എന്റെ മോനെ മാത്രമേ കണ്ടുള്ളോ നിനക്കു വശീകരിക്കാൻ. പോയി തൂങ്ങി ചത്തൂടെ. ഒന്നര കാലുമായി നടക്കുന്നു. അവളുടെ ഒരു പാട്ടും കൂത്തും. എന്റെ കുടുംബത്തു വന്നു പൊറുക്കാം എന്നു കരുതണ്ട.

സൈമണും അവന്റെ അപ്പനും പൂണ്ടടക്കം പിടിച്ചു വലിച്ചിട്ടും തള്ള പടക്ക കമ്പനിക്ക് തീ പിടിച്ച മാതിരി പൊട്ടിത്തെറിച്ചുകൊണ്ടേ ഇരുന്നു. ഒരുപാട് പേരുടെ മനസമാധാനം ആ സുനാമിയിൽ ഒലിച്ചു പോയി .

സൈമൺ ഒരു പാടു നാൾ പള്ളിയിൽ വരാതായി. അവന്റെ ചിരി പോലും നിന്നുപോയി. അവന്റെ അമ്മ കണ്ടു പിടിച്ച പെണ്ണിനെ തന്നെ

അവൻ കെട്ടി. അവന്റെ മനസു കാണാൻ കഴിവില്ലാതിരുന്ന അവന്റെ അമ്മ അവന്റെ ഹൃദയം നഷ്ടപ്പെട്ടു പോയതും അവന്റെ ചിരി നിലച്ചു പോയതും അറിഞ്ഞതെ ഇല്ല. അവന്റെ മാലാഖയുടെ പാട്ടു പിന്നീട് ഒരിക്കലും അവൻ കേട്ടില്ല.

ഇതിൽ പരം ഒരു അപമാനം മരിയക്കുട്ടിക്ക് ഉണ്ടാകാൻ ഇല്ല. അവൾ തകർന്നു പോയി. ആരോടും ഒന്നും മിണ്ടാതെ അവൾ മുറിയിൽ ഒതുങ്ങി കൂടി . അവസാനം വികാരി അച്ചനും പരിവാരങ്ങളും വന്നു മരിയക്കുട്ടിയോടു സംസാരിച്ചു .

“മോളെ ദൈവം നിനക്ക് തന്ന വരം ആണ് നിന്റെ സ്വരം. നീ നോക്കിക്കോ നിന്റെ പാട്ടു സ്വർഗ്ഗവാതിൽ കടന്നു കർത്താവിന്റെ മുൻപിൽ എത്തുന്ന ദിവസം വരും. അന്ന് അവിടുന്ന് നിന്നിൽ അനുഗ്രഹങ്ങൾ വർഷിക്കും.”

അച്ചന്റെ വാക്കുകൾ അവൾ സ്വീകരിച്ചു. വീണ്ടും ആൻ മരിയയുടെ സ്വരമാധുരിയിൽ ഇടവകക്കാരും മാലാഖമാരും ലയിച്ചു നിന്നു. കർത്താവിനാൽ അനുഗ്രഹിക്കപ്പെട്ടു, വയ്യാത്ത കാൽ നേരെ ആകുന്നതിനു പകരം തനിക്കു മാലാഖമാരെ പോലെ ചിറകുകൾ മുളക്കുന്നതും ദൂരെ ദൂരേക്ക് പറന്നു പോകുന്നതും അവൾ സ്വപ്നം കണ്ടു.

ഏറ്റവും മുറിവ് ഏറ്റത് സണ്ണിച്ചന് ആണ്. മരിയക്കുട്ടി അവനു ജീവൻ ആണ്. സ്കൂളിൽ പഠിക്കുമ്പോൾ അവളെ ചട്ടുകാലി എന്നു വിളിച്ച ബെന്നിയുടെ മൂക്ക് അവൻ ഇടിച്ചു പരത്തി കളഞ്ഞു. ഇത്തിരി മുതിർന്നപ്പോൾ മുതൽ അവളുടെ സ്കൂൾ ബാഗ്പോലും അവൻ ആണ് ചുമന്നിരുന്നത്. അന്ന് അവൻ അമ്മച്ചിയുടെ മടിയിൽ കിടന്നു പൊട്ടിക്കരഞ്ഞു. സൈമൺന്റെ തള്ളയെ കൊല്ലാൻ ഉള്ള ദേഷ്യം അവനു ഉണ്ടായിരുന്നു.

പിന്നെ എല്ലാം പെട്ടെന്ന് ആയിരുന്നു കൂട്ടുകാരുമായി അടിച്ചു പൊളിച്ചു നടന്നിരുന്ന അവൻ അതെല്ലാം ഒഴിവാക്കി, ഗൾഫിൽ പോയി. പോകും മുൻപ് അമ്മച്ചിയോടു പറഞ്ഞു ഒരുപാട് പൈസ ഉണ്ടാക്കണം മരിയ കൊച്ചിനെ അന്തസ്സായി കെട്ടിച്ചു വിടണം. പോയിട്ട് രണ്ടു കൊല്ലം ആകാറായി. എന്നും വിളിക്കും. വരുന്ന കാര്യം ചോദിച്ചാൽ വരാം വരാം എന്നു പറയും. വരുമ്പോൾ മരിയ കൊച്ചിന് ഞാൻ ഒരു സമ്മാനം കൊണ്ട് വരും എന്ന് പറയും.

“മരിയകൊച്ചേ അപ്പച്ചൻ ഇപ്പൊ ഉണ്ണാൻ വരും കേട്ടോ.” അമ്മച്ചി വിളിച്ചു പറഞ്ഞു. അവൾ ഫ്രൈ ചെയ്ത മീൻ പാത്രത്തിലാക്കി അടച്ചുവച്ചു . പെട്ടെന്നാണ് മുറ്റത്തു അമ്മച്ചിയുടെ ഒച്ചപ്പാടും ബഹളവും

കേട്ടത്. അവൾ ഓടി ചെന്നു.

"ദൈവമേ സണ്ണിച്ചൻ." അവൾ അന്തംവിട്ട് നിന്നു. പോയപ്പോ നൂല് പോലെ ഇരുന്നവൻ ആണ്. ഇപ്പോൾ വെളുത്തു തടിച്ചു സുന്ദരൻ ആയി. കഴുത്തിൽ ചെയിനും കയ്യിൽ ബ്രസിലെറ്റും ഒരു തനി ഗൾഫുകാരൻ.

"എടാ പതുക്കെ കഴിക്കു.. ഇതൊന്നും ആരും എടുത്തോണ്ട് പോകില്ല." സണ്ണിച്ചന്റെ കഴിപ്പുകണ്ടു അമ്മച്ചി ശാസിച്ചു.

"എന്റെ അമ്മച്ചി, എത്ര നാളായി കൊതിക്കുന്നു ഇങ്ങനെ കഴിക്കാൻ. ഞാൻ എപ്പോളും റോയിയോട് പറയും മരിയകൊച്ചിന്റെ കൈപ്പുണ്യം. റോയിയും എന്റെ ഒപ്പം നാട്ടിൽ വന്നിട്ടുണ്ട്. റോയ് സണ്ണിയുടെ റൂം മേറ്റ് ആണ്. അമ്മച്ചി, . റോയിയും കുടുംബവും അടുത്ത സൺഡേ ഇങ്ങോട്ട് വരും. മറിയ കൊച്ചേ നമുക്ക് അടിപൊളി ആക്കണം കേട്ടോ. മരിയ കൊച്ചിന്റെ സ്പെഷ്യൽ ഐറ്റംസ് എല്ലാം റെഡി ആക്കിക്കോ."

"അയാളുടെ ഭാര്യയും മക്കളും ഒക്കെ അവിടെ ആണോ മോനെ."

"അല്ല അമ്മച്ചി നാട്ടിലാ. അതുകൊണ്ടല്ലേ ഞങ്ങൾ ഒന്നിച്ചു താമസിക്കുന്നത്."

സണ്ണി പെട്ടി പൊട്ടിച്ചതും അവൾ അത്ഭുതപ്പെട്ടു. എന്തൊക്ക സാധങ്ങൾ ആണ്. "ഡ്യൂട്ടി ഫ്രീ ഷോപ്പ് തുറന്ന മാതിരി ഉണ്ടല്ലോടാ" അപ്പച്ചൻ പറഞ്ഞു.

ആൻ മരിയ അടുക്കളയിൽ തിരക്കിൽ ആണ്. ഉണ്ടാക്കിയ ഐറ്റംസ് എല്ലാം ഒന്നുകൂടി നോക്കി അവൾ തൃപ്ത ആയി. സണ്ണിച്ചന്റെ കൂട്ടുകാരനും കുടുംബവും അല്ലെ വരുന്നത്. ഒന്നിനും കുറവ് ഉണ്ടാകാൻ പാടില്ല.

"മരിയകൊച്ചെ അവർ എത്തി കേട്ടോ", സണ്ണി പറഞ്ഞത് കേട്ടു അവൾ ചെന്നു എത്തി നോക്കി. വികാരി അച്ചനും പ്രായമുള്ള ഒരു അപ്പച്ചനും അമ്മച്ചിയും പിന്നെ ഒരു ചെറുപ്പക്കാരനും. സുന്ദരൻ. നല്ല ചിരി.

"അച്ചൻ എന്താ ഇവരുടെ കൂടെ. എന്റെ സഹോദരനും കുടുംബവും ആണ് ഇത്. സണ്ണിച്ചനും റോയിയും ഒന്നിച്ചല്ലേ അബുദാബിയിൽ."

"ഇവൻ അതൊന്നും പറഞ്ഞില്ല അച്ചാ", അമ്മച്ചി പരിഭവം പറഞ്ഞു.

"ഒരു കാര്യവും പറഞ്ഞില്ലേ?" അച്ഛന് വീണ്ടും സംശയം.

എല്ലാവരും സംസാരവും ചിരിയും ആകെ ബഹളം.

"മരിയ കൊച്ചു എവിടെ?" അച്ചൻ ചോദിച്ചു.

സണ്ണി അവളെ പിടിച്ചു വലിച്ചു കൊണ്ടു വന്നു.

"ഇവിടെ ഇരിക്ക് മോളെ."

"ഇനി കഴിച്ചിട്ട് ആകാം." അപ്പച്ചൻ പറഞ്ഞു.

അവൾ ആഹാരം വിളമ്പി. എല്ലാവരും ആസ്വദിച്ചു കഴിക്കുന്നത് അവൾ നോക്കി നിന്നു.

"എന്റെ മരിയ കൊച്ചേ കണ്ട നാൾ മുതൽ ഇവൻ എന്നെ ചെവി കേൾപ്പിച്ചിട്ടില്ല. മരിയക്കുട്ടിയുടെ പാചകം, പാട്ടു എന്നൊക്കെ പറഞ്ഞു. അത് ഒന്നു അറിയാൻ വന്നതാ." റോയ് പറഞ്ഞു.

അവൾക്കു നാണം വന്നു.

"പിന്നെ ദോഷം പറയരുതല്ലോ ഇവൻ എന്തു കറി വച്ചാലും എല്ലാത്തിനും ഒരേ രുചി ആണ്. ഇവന്റെ മീൻ കറി ഹോ അസഹനീയം." റോയ് സണ്ണിയെ കളിയാക്കി.

"ഓഹോ, എന്നിട്ട് വെട്ടി വിഴുങ്ങാറുണ്ടല്ലോ, ചിക്കൻ കണ്ട ഫിലിപ്പൈനികളെ മാതിരി."

"എന്തു ചെയ്യാം വേറെ നിവർത്തി ഇല്ലല്ലോ."

"മോൻ എന്താ ഭാര്യയെയും മക്കളെയും അങ്ങോട്ട് കൊണ്ടു പോകാത്തത്."

അമ്മച്ചിയുടെ ചോദ്യം കേട്ടു റോയ് പൊട്ടി ചിരിച്ചു.

"എന്റെ അമ്മച്ചി ഇവന് വട്ടാ. ഞാൻ കല്യാണം ഒന്നും കഴിച്ചിട്ടില്ല. ഇവൻ നിങ്ങളെ പറ്റിക്കാൻ പറഞ്ഞതല്ലെ. എടാ കുരുത്തം കെട്ടവനെ മേടിക്കും നീ."

അമ്മച്ചി സണ്ണിയുടെ നേരെ കൈ ഓങ്ങി.

"എടാ സണ്ണി നീ ഇവരോട് ഒന്നും പറഞ്ഞില്ലേ?"

അച്ചൻ വീണ്ടും ചോദിച്ചു.

"ഇല്ല അച്ചാ ഇവർക്ക് ഒരു സർപ്രൈസ് കൊടുക്കാം എന്ന് കരുതി, അച്ചൻതന്നെ അങ്ങ് പറയു",

അച്ചൻ എല്ലാവരെയും ഒന്ന് നോക്കി പിന്നെ ചിരിയോടെ പറഞ്ഞു

"എന്നെ കാണാൻ പള്ളിയിൽ വന്നപ്പോളൊക്കെ ഇവര് മരിയകൊച്ചിനെ കണ്ടിട്ടുണ്ട്. പാട്ടും കേട്ടിട്ടുണ്ട് ഞങ്ങളുടെ റോയ് മോനു ഇവളെ കെട്ടാൻ ആഗ്രഹം ഉണ്ട്. നിങ്ങള്ക്ക് സമ്മതം ആണേൽ നമുക്ക് അത് നടത്താം. റോയ് എന്നെ വിളിച്ചു ചോദിച്ചപ്പോൾ ഞാൻ പറഞ്ഞു സണ്ണി അവിടെ ഉണ്ടല്ലോ അവനോട് സംസാരിക്കാൻ."

"എന്റെ അമ്മച്ചി ഞാൻ സമ്മതം മൂളിയതും ഇവൻ കെട്ടും പാണ്ടവും എടുത്തു എന്റെ ഫ്ലാറ്റിൽ എത്തി താമസിക്കാൻ. അന്ന് തുടങ്ങിയതാ ഞാൻ ഇവന് വെച്ചു വിളമ്പാൻ. എന്നിട്ട് ഇപ്പോ രുചി പോരാന്നു." സണ്ണിയുടെ പരാതി കേട്ടു എല്ലാവരും പൊട്ടിച്ചിരിച്ചു ആൻ മരിയ പതി

യെ അടുക്കളയിലേക്ക് മുങ്ങി. തനിക്കു ചിറകു മുളക്കുന്നു എന്ന് അവൾക്കു തോന്നി.

സണ്ണി വന്നു വീണ്ടും അവളെ പിടിച്ചു വലിച്ചു ഹാളിൽ കൊണ്ടു പോയി.

"ഇവിടെ ഇരിക്ക് മോളെ." റോയിയുടെ അമ്മച്ചി അവളെ പിടിച്ചു ഇരുത്തി. "മോളുടെ പാട്ടു കേൾക്കാൻ ആണ് ഞങ്ങൾ വന്നത്. ഒരു പാട്ടു പാടു." അവൾ അമ്മച്ചിയെ നോക്കി.

"പാടു മോളെ." എല്ലാവരും നിർബന്ധിച്ചപ്പോൾ അവൾ പാടി. എല്ലാവരും അവളുടെ പാട്ടിൽ ലയിച്ച് ഇരുന്നു. പാട്ടു കഴിഞ്ഞതും റോയിയുടെ അമ്മ അവളെ കെട്ടിപ്പിടിച്ചു.

"ഇവന്മാർ രണ്ടും കുടി എല്ലാം നേരത്തെ പ്ലാൻ ചെയ്തതാണു. നിങ്ങളോട് പറഞ്ഞില്ല എന്നേ ഉള്ളു. അവന്മാരുടെ ഒരു സർപ്രൈസ്."

"ആന്മരിയയെ കണ്ടപ്പോൾ എനിക്ക് ഇഷ്ടമായി. പാട്ടു കൂടി കേട്ടപ്പോ ഞാൻ ഉറപ്പിച്ചു. ഇവൾ ആണ് എന്റെ പെണ്ണ് എന്നു. മറ്റൊന്നും എനിക്ക് പ്രശ്നം അല്ല. എന്റെ അപ്പനും അമ്മയ്ക്കും ഇഷ്ടം ആണ് എനിക്കും. നിങ്ങൾക്കു സമ്മതം ആണെങ്കിൽ നടത്താം." റോയ് പറഞ്ഞു,

"ഞാൻ ആൻമരിയയോട് ഒന്നു സംസാരിച്ചോട്ടെ." റോയ് അനുവാദം ചോദിച്ചു.

ഇതിനിടയിൽ മരിയ കൊച്ചു അകത്തേക്ക് വലിഞ്ഞിരുന്നു. റോയ് അവളുടെ അടുത്ത് എത്തിയിട്ട് പറഞ്ഞു.

"മരിയകൊച്ചിനെ ഒന്ന് കാണാൻ എത്രയോ നാൾ ആയി ഞാൻ എന്റെ കണ്ണുകൾ തുറന്നു വച്ചിരിക്കുന്നു, നിന്റെ പാട്ടു കേൾക്കാൻ കാതോർത്തു ഇരിക്കുന്നു. നിന്റെ സ്നേഹം അനുഭവിക്കാൻ ഹൃദയം തുറന്നു വച്ചിരിക്കുന്നു. എന്തു ചെയ്യാം അർബാബ് ലീവ് തന്നത് ഇപ്പോൾ ആണ്." അവൾ ചിരിച്ചു പോയി.

"ആൻ മരിയ കൊച്ചിന് എന്നെ ഇഷ്ടപ്പെട്ടെങ്കിൽ നമുക്ക് കല്യാണം കഴിച്ചു ഗൾഫിലേക്കുപറക്കാം. അവിടെ ആകുമ്പോൾ ഒരു ഗുണം ഉണ്ട്. ആരും ആരുടേയും കാര്യത്തിൽ ഇടപെടാനും കുറ്റവും കുറവും കണ്ടുപിടിക്കാനും വരില്ല. നമുക്ക് സമാധാനം ആയി ജീവിക്കാം. എന്തു പറയുന്നു, ആൻ മരിയ കൊച്ചേ."

അവൾ ചിരിച്ചു. അവനും.

കല്യാണ തിരക്കുമായി ഓട്ടത്തിൽ ആണ് സണ്ണി. ഞായറാഴ്ച പള്ളിയിൽ നിന്നു ഇറങ്ങുമ്പോൾ ആണ് സൈമണും ഭാര്യയും അവന്റെ അമ്മയും കൂടി കുർബാന കഴിഞ്ഞു ഇറങ്ങുന്നത് കണ്ടത്. സണ്ണി വേ

ഗം അടുത്തോട്ടു ചെന്നു.

"ഞാൻ വീട്ടിലോട്ട് വരാൻ ഇരിക്കുവാരുന്നു. പെങ്ങളുടെ കല്യാണം ആണ്. എല്ലാവരും വരണം." അവൻ കാർഡ് എടുത്തു നീട്ടി. സൈമണിന്റെ ഭാര്യ അമ്പരന്നു അവനെ നോക്കി. "അയ്യോ ചേച്ചിക്ക് എന്നെ മനസിലായില്ലേ. പള്ളിയിൽ പാടുന്ന ആൻ മരിയയുടെബ്രദർ ആണ്. ഏതു ആ സുന്ദരി കൊച്ചിന്റെയോ? എന്താ അവളുടെ ഒരു ശബ്ദം. കേൾക്കുമ്പോൾ കൊതിയാകുന്നു . അയ്യോ അപ്പൊ ഇനി എങ്ങനെ അവളുടെ പാട്ടു കേൾക്കും? ചെറുക്കൻ എവിടാ?"

ഒറ്റ ശ്വാസത്തിലാണ് ചോദ്യങ്ങൾ എല്ലാം .

"ഗൾഫിൽ ആണ് ചേച്ചി, എന്റെ കൂടെ ജോലി ചെയ്യുന്നു. എല്ലാവരും വരണം." അവൻ വീണ്ടും പറഞ്ഞു.

"തീർച്ചയായും വരും, അല്ലെ അമ്മച്ചി." മഞ്ഞളിച്ച മുഖവുമായി നിൽക്കുന്ന അമ്മായി അമ്മയെ നോക്കി സൈമണിന്റെ ഭാര്യ പറഞ്ഞു.

സണ്ണിച്ചന്റെ ചുണ്ടിൽ ഒരു ചിരി വിടർന്നു. കുറെ നാൾ മുൻപ് കെ.എസ്.ഇ.ബി.യുടെ ട്രാൻസ്ഫോർമർ പൊട്ടി തെറിച്ച മാതിരി തന്റെ വീട്ടിൽ വന്നു സ്ഫോടനം നടത്തിയ തള്ള ആണ്. ഇപ്പോൾ മരുമോളുടെ മുൻപിൽ പഞ്ചപുച്ഛമടക്കി നിൽക്കുന്നത്.

സണ്ണി ആഗ്രഹിച്ചത് പോലെ ആഘോഷമായി ആൻ മരിയയുടെ കല്യാണം നടന്നു. പിന്നത്തെ ഞായറാഴ്ച റോയ്യും ആൻ മരിയയും പള്ളിയിൽ എത്തി. അന്ന് ആണ് എറ്റവും മനോഹരം ആയി ആൻ മരിയ പാടിയത് എന്ന് ഇടവകകാർക്ക് തോന്നി.

കർത്താവും മാലാഖമാരും ഇടവകകാരും മാത്രം അല്ല അന്ന് അവളുടെ പാട്ടു കേൾക്കാൻ ഉള്ളത് അവളുടെ പ്രിയപ്പെട്ടവനും ഉണ്ട്.

പ്രസംഗത്തിനിടെ അച്ചൻ പറഞ്ഞു. "ഒരു പ്രത്യക കാര്യം ഞാൻ നിങ്ങളോട് പറയുകയാണ്. നിങ്ങൾക്കെല്ലാം അറിയുന്ന പോലെ എത്രയോ കാലം ആയി ആൻ മരിയ നമുക്കായി പള്ളിയിൽ പാടുന്നു. അവളുടെ മനോഹര ശബ്ദം ഇത്രയും നാൾ കേൾക്കാൻ ഉള്ള ഭാഗ്യം നമുക്കുണ്ടായി. അതിനു ഞാൻ ദൈവത്തോടും ആൻ മരിയയോടും നന്ദി പറയുകയാണ്. ഇനി ആ ഭാഗ്യം നമുക്കില്ല, കുടുംബ ജീവിതത്തിലേക്ക് പ്രവേശിച്ച ആൻ മരിയ ഭർത്താവിനൊപ്പം വിദേശത്തേക്ക് പോകുകയാണ്. നല്ല ഒരു കുടുംബ ജീവിതം നമുക്ക് ആശംസിക്കാം. അത് അവൾക്കു കിട്ടും എന്ന് എനിക്ക് ഉറപ്പുണ്ട്. റോയിയെ എനിക്ക് നന്നായി അറിയാം. എന്റെ സഹോദരന്റെ മകൻ ആണ്. അവർക്കു രണ്ടുപേർക്കും സന്തുഷ്ട ജീവിതം ആശംസിക്കുന്നു." ആൻ മരിയയുടെകണ്ണുകൾ നിറ

ഞ്ഞു.

കുർബാന കഴിഞ്ഞു അവളെ അസൂയയോടെയും അമ്പരപ്പോടെയും സ്നേഹത്തോടെയും നോക്കുന്ന കണ്ണുകൾക്കിടയിലൂടെ അവൾ റോയിയുടെ കയ്യും പിടിച്ചു നടന്നു. അവളുടെ കാലിനു എന്തെങ്കിലു കുറവുണ്ട് എന്ന് അവൾക്കു തോന്നിയതേ ഇല്ല. പകരം സ്വർഗ്ഗവാതിൽ തുറക്കപ്പെട്ടു എന്നും അവളുടെ മേൽ അനുഗ്രഹങ്ങൾ വർഷിക്കപ്പെട്ടു എന്നും തനിക്കു ചിറകു മുളച്ചു എന്നും മാലാഖമാരെ പോലെ താൻ പറക്കുക ആണ് എന്നും അവൾക്കു തോന്നി.

ആകാശത്തു നിന്നു ആ മനോഹര കാഴ്ച കണ്ട് മാലാഖമാർ പുഞ്ചിരി തൂകി. അവർ അവൾക്കായി സംഗീതം പൊഴിച്ചു കൊണ്ടേ ഇരുന്നു.

പുഞ്ചിരി പൂവുകൾ

ചുറ്റുമുള്ളവരെല്ലാം സ്തംഭിച്ച് ഇരിക്കുകയാണ്. ഓഫീസിനുള്ളിൽ വല്ലാത്ത മൂകത. ആരും ഒന്നും മിണ്ടുന്നില്ല. ആരും പ്രതീക്ഷിക്കാത്തതാണ് സംഭവിച്ചത്. എനിക്ക് കുറ്റബോധം തോന്നി. ഇത്രയും കാലത്തിനിടയിൽ ഒരിക്കലും ഞാൻ ഇങ്ങനെ ആരോടും ദേഷ്യപ്പെട്ടിട്ടില്ല. ഒച്ച ഉയർത്തി സംസാരിച്ചിട്ടില്ല. എല്ലാവരോടും നല്ല രീതിയിൽ ഇടപെട്ടും എല്ലാവർക്കും നല്ലത് മാത്രം ചെയ്തും എല്ലാവരുടെയും പ്രീതി പിടിച്ചു പറ്റിയിരുന്നു ഞാൻ. ക്ഷമയുടെ നെല്ലിപ്പലക കണ്ടതുകൊണ്ടാണ് പൊട്ടിത്തെറിച്ചത്. അതിനു കാരണക്കാരി ആയവളെ ഞാൻ തല ഉയർത്തി നോക്കി. യാതൊരു ഭാവഭേദവും ഇല്ലാതെ ഇരുന്നു ജോലി ചെയ്യുന്നു. ഇത് എന്തൊരു ജന്മം. ദൈവമേ, ഇങ്ങനെയും ഉണ്ടോ ആളുകൾ.

സമീറ, അവൾ ഇവിടെ വന്നപ്പോൾ മുതൽ ഇങ്ങനെയാണ്. കൃത്യമായി ജോലിക്ക് വരും. ജോലി ഭംഗിയായി ചെയ്യും. ആരോടും സംസാരം ഇല്ല. നിർവികാരമായ മുഖവും കണ്ണുകളും. ചിരിച്ചുപോലും കണ്ടിട്ടില്ല. ഓഫീസിലെ പല തമാശകൾക്കും പൊട്ടിച്ചിരികൾക്കും ഇടയിൽ ഇവൾ മാത്രം എന്താ ഇങ്ങനെ, ബിരിയാണിക്ക് ദം ഇട്ട മാതിരി എന്ന് ഞാൻ കളിയാക്കിയിട്ടുണ്ട്. ചുറ്റും നടക്കുന്നത് ഒന്നും അവൾ അറിയുന്ന പോലും ഇല്ല എന്ന് തോന്നും. കല്ലിച്ച മുഖം. ചിലപ്പോൾ ശുന്യതയിലേക്ക് നോക്കി പ്രതിമ പോലെ ഇരിക്കും.

ഒന്നും ചെയ്യാൻ തോന്നുന്നില്ല. അതിതീവ്രമായ ജീവിതാനുഭവങ്ങളിലൂടെ കടന്നു വന്നു പാകപ്പെട്ട മനസ്സ്, പരിശീലനത്തിലൂടെ നേടിയെടുത്ത ക്ഷമ എല്ലാം ഒറ്റ നിമിഷം കൊണ്ട് കൈവിട്ടു പോയി. ഈ പ്രായത്തിലും കോപത്തെ നിയന്ത്രിക്കാൻ കഴിഞ്ഞില്ല എന്ന് വച്ചാൽ അതൊരു തെറ്റ് തന്നെ അല്ലേ

മൂന്ന് തവണ ആവർത്തിച്ചു ചോദിച്ചിട്ടും അവൾ ഉത്തരം പറയാതെ വന്നപ്പോഴാണ് പൊട്ടിത്തെറിച്ചത്. ഇതിന് മുൻപും പലതവണ അവൾ ഇങ്ങനെ പെരുമാറിയിട്ടുണ്ട്. അപ്പോൾ ഒക്കെ ക്ഷമിച്ചു. ഒന്നുമില്ലായെങ്കിലും എന്റെ സീനിയൊരിറ്റി എങ്കിലും ഓർക്കണ്ടേ, പ്രായത്തെ ബഹുമാനിക്കണ്ടേ, പേർസണൽ കാര്യം ഒന്നും അല്ലല്ലോ ചോദിച്ചത് ഒഫീ

ഷ്യൽ കാര്യം അല്ലേ . ഉത്തരം പറയാൻ അവൾ ബാധ്യസ്ഥ അല്ലേ? അനങ്ങാതെ ഇരിക്കാൻ ഇവളെന്താ ഈജിപ്റ്റിലെ മമ്മിയോ മറ്റോ ആണോ എന്തൊക്കെ ആണ് താൻ പറഞ്ഞത്. എന്തോ വലിയ തെറ്റ് ചെയ്തപോലെ ഒരു വിഷമം.

പതുക്കെ കസേരയിൽ നിന്ന് എഴുന്നേറ്റു ഗ്ലാസ് ഡോർ തുറന്നു പുറത്തിറങ്ങി. ഗാർഡനിൽ നിറയെ അഡിനിയം പൂവിട്ടു നിൽക്കുന്നു.

നാട്ടിൽ ഈ പൂക്കൾക്ക് ഇത്രയും ഭംഗി ഇല്ലല്ലോ എന്ന് ഓർത്തു. ഈ ചെടിയെപ്പറ്റി ആരോ പറഞ്ഞ ഒരു കഥ ഓർത്തെടുക്കാൻ ശ്രമിച്ചു. ബദർ യുദ്ധവുമായി ബന്ധപ്പെട്ട ഒരു കഥ. ഓർമ കിട്ടുന്നില്ല.

ഈന്തപ്പനയുടെ ചുവട്ടിൽ ചെന്നു മൂത്തു പഴുക്കാറായ കുലകൾ വെറുതെ നോക്കിനിന്നു.

'നീ എന്താ ഇവിടെ വന്നു നിൽക്കുന്നത്.' ആലിയ മാഡം. എന്റെ മൂഡോഫ് മനസിലാക്കി പുറകെ വന്നതാണ്. വളരെ നല്ല സ്വഭാവം. എല്ലാവരോടും സ്നേഹവും കരുതലുമുള്ള അറബി പെണ്ണ്.

'ഒന്നുമില്ല മാഡം. വേഗം മൂത്തു പഴുത്താൽ ഫ്ളൈറ്റിൽ കയറ്റി നാട്ടിൽ കൊണ്ടുപോകാം. അല്ലെങ്കിൽ വല്ല കിളിയും പൂച്ചയും ഒക്കെ തിന്നു ജന്മം ഇവിടെ പാഴാകും എന്ന് പറയുവാരുന്നു.' ഞാൻ ഈന്തപ്പന കുലക്കു നേരെ വിരൽ ചൂണ്ടി.

ആദ്യം ഒന്ന് അന്തം വിട്ടു നോക്കി എങ്കിലും അവൾ പൊട്ടിച്ചിരിച്ചു.

'എന്തു ഭംഗി ആണ് അല്ലേ കാണാൻ', ഞാൻ അവളോട് പറഞ്ഞു.

'നിന്റെ നാട്ടിൽ തെങ്ങു നിറയെ തേങ്ങ കായ്ച്ചു നിൽക്കുന്ന കാണാൻ ഇതിലും ഭംഗി ഇല്ലേ' അവൾ ചോദിച്ചു.

അവൾ പല തവണ കേരളത്തിൽ വന്നിട്ടുണ്ട്. അത് ശരിയാണല്ലോ. അല്ലേലും മുറ്റത്തെ മുല്ലക്ക് എന്തു മണം.

'സാരമില്ല പോട്ടെ നീ വാ'. അവൾ എന്നെ ചേർത്തു പിടിച്ചു.

ഞാൻ അകത്തു വന്നു സമീറയെ നോക്കി. എന്തു ഭംഗിയാണ് അവളെ കാണാൻ. എന്തൊരു നിറം ഒഴുകി കിടക്കുന്ന മുടിയിഴകൾ. ഇത്രയും സുന്ദരിയായി അവളെ സൃഷ്ടിച്ച ദൈവത്തിനു ഒരു ചിരി കൂടി അവളുടെ ചുണ്ടിൽ ഒളിപ്പിച്ചു വച്ചു കൂടാരുന്നോ? ഞാൻ ദൈവത്തോട് പരാതി പറഞ്ഞു.

ഡ്യൂട്ടി കഴിഞ്ഞ് ഇറങ്ങിയതും ഓഫീസിൽ നടന്നതൊക്കെ ഞാൻ മറന്നു. വീട്ടിൽ എത്തി ഒരു മയക്കം കഴിഞ്ഞു എഴുന്നേറ്റപ്പോൾ ആണ് യാസ്മിന്റെ കോൾ വരുന്നത്. 'മാഡം ഞാൻ അങ്ങോട്ട് വന്നാൽ ഒരു അഞ്ചു മിനിറ്റ് സംസാരിക്കാൻ പറ്റുമോ?'

'പിന്നെന്താ?' ഞാൻ അവൾക്കു അനുവാദം കൊടുത്തു.

വില്ലയുടെ മുൻപിൽ ഉള്ള വഴിയിലൂടെ ഞാൻ യാസ്മിന്റെ ഒപ്പം നടന്നു. വല്ലാത്ത ചൂടും പൊടിക്കാറ്റും. വഴിയരികിലെമരച്ചുവട്ടിൽ പുൽത്തകിടിയിൽ ഞങ്ങൾ ഇരുന്നു.

ഇവൾക്ക് എന്താണ് പറയാൻ ഉള്ളത്. പലരും അവരുടെ പ്രോബ്ലംസ് ഒക്കെ എന്നോട് ഷെയർ ചെയ്യാറുണ്ട്. ഓഫീസ് കാര്യങ്ങൾ ആണെങ്കിലും പേർസണൽ ആണെങ്കിലും. സഹായിക്കാൻ പറ്റുമെങ്കിൽ സഹായിക്കാറുണ്ട്. എല്ലാവരെയും. ഇവൾക്ക് എന്തു സഹായം ആയിരിക്കും വേണ്ടത്.

'മാഡം എനിക്ക് സംസാരിക്കാൻ ഉള്ളത് സമീറയെ കുറിച്ച് ആണ്.'

പെട്ടെന്ന് എനിക്ക് ഓർമ്മ വന്ന വാചകം പോളണ്ടിനെ കുറിച്ച് ഒരു അക്ഷരം മിണ്ടരുത് എന്ന ഡയലോഗ് ആണ്. സമീറയെ കുറിച്ച് ഒരു അക്ഷരം മിണ്ടരുത്, അവളെ കൊണ്ട് ഞാൻ പൊറുതിമുട്ടി ഇരിക്കുകയാണ്, എന്ന് എനിക്ക് പറയണം എന്നുണ്ടായിരുന്നു. പക്ഷേ ഞാൻ ഒന്നും മിണ്ടിയില്ല. നിനക്ക് എന്താണ് പറയാനുള്ളത് എന്ന മട്ടിൽ ഞാൻ അവളെ നോക്കി.

'ഇന്ന് ഓഫീസിൽ ഉണ്ടായ ഇഷ്യൂ, അതുമൂലം നിനക്കുണ്ടായ ബുദ്ധിമുട്ട് ഞാൻ ക്ഷമ ചോദിക്കുന്നു.' അവൾ പറഞ്ഞു തുടങ്ങി. 'ഞാനാണ് ജോലി ശരിയാക്കി അവളെ ഇവിടെ കൊണ്ടുവന്നത്. എന്റെ ഒരു ബന്ധു കൂടിയാണ് അവൾ. പഠിക്കാൻ വളരെ മിടുക്കി ആയിരുന്നു സമീറ. എല്ലാവർക്കും അവളെ വലിയ ഇഷ്ടമായിരുന്നു. പഠിപ്പു കഴിഞ്ഞു വിദേശത്തു പോകാൻ തയ്യാറെടുക്കുകയായിരുന്നു അവൾ. ആ സമയത്താണ് ഞങ്ങളുടെ നാടിനെ തകർത്ത ഒരു സംഭവം ഉണ്ടായത്. ഒരു ഭൂമികുലുക്കം. തകർന്ന് വീണ ഒരു കെട്ടിടത്തിന്റെ അവശിഷ്ടങ്ങൾക്കടിയിൽ പെട്ടു പോയി സമീറ. പക്ഷേ പട്ടാളക്കാർ അവളെ കണ്ടെത്തി രക്ഷപ്പെടുത്തി. നിസ്സാര പരിക്കുകളെ അവൾക്കു ഉണ്ടായിരുന്നുള്ളു. ഭൂകമ്പം ഞങ്ങളുടെ നാടിനെ തകർത്തു എങ്കിൽ ആ പട്ടാളക്കാർ അവളുടെ ജീവിതം തകർത്തു കളഞ്ഞു. രക്ഷപ്പെടുത്തിയ അവർ തന്നെ ക്രൂരമായി അവളെ റേപ്പ് ചെയ്തു. അവളുടെ ശരീരത്ത് ഉണ്ടായിരുന്ന ആഭരണങ്ങൾ ഊരിയെടുത്ത് അവളെ അവിടെ ഉപേക്ഷിച്ചു. അവൾ മരിച്ചില്ല. നാട്ടുകാർ അവളെ കണ്ടെത്തി ജീവൻ രക്ഷിച്ചു. അതോടെ അവൾ ആരോടും സംസാരിക്കാതെയായി. ആ നാട്ടിൽ നിന്ന് അവളുടെ കുടുംബം താമസം മാറ്റി. ഒരുപാട് നാൾ ചികിൽസിച്ചു. ചെറിയ മാറ്റങ്ങൾ ഉണ്ടായി. അങ്ങനെയാണ് ഞാൻ അവളെ ഇവിടെ എത്തിച്ചത്. അവൾ പഴയ സമീ

റയാകണം. പഴയതെല്ലാം മറക്കണം. അവളെ ഞങ്ങൾക്ക് തിരിച്ചു കിട്ടണം. അവളുടെ കുടുംബത്തിന്റെ കണ്ണുനീർ മാറണം. അതിനുവേണ്ടിയാണ് ഞങ്ങൾ ബന്ധുക്കളും സുഹൃത്തുക്കളും ശ്രമിക്കുന്നത്. മാഡം സഹായിക്കണം. മാഡത്തിനോടുള്ള വിശ്വാസം കൊണ്ടാണ് ഞാനിതു പറയുന്നത്. അവൾക്കുവേണ്ടി ഞാൻ വീണ്ടും ക്ഷമ ചോദിക്കുന്നു. അവൾ പറഞ്ഞു നിർത്തി.

ശക്തമായ പൊടിക്കാറ്റിൽ ഞാൻ അലിഞ്ഞില്ലാതായതുപോലെ. എന്റെ തല മരവിച്ചു പോയി. നിറഞ്ഞ കണ്ണുകൾ ഞാൻ തുടച്ചു. യാസ്മിന്റെ തോളിൽ ഞാൻ അമർത്തി പിടിച്ചു. എനിക്കൊന്നും പറയാൻ ഉണ്ടായിരുന്നില്ല. പെട്ടെന്ന് ഞാൻ എന്റെ മോളെ ഓർത്തു. ഞാൻ ഒരായിരം തവണ ഉമ്മ വച്ചിട്ടുള്ള അവളുടെ കുഞ്ഞി കല്പാദങ്ങൾ ഓർത്തു.

എല്ലാ അമ്മമാരും നെഞ്ചോടു ചേർത്തുവളർത്തുന്നതല്ലേ അവരുടെ പെൺമക്കളെ. ആ കുഞ്ഞുങ്ങളോടാണ്.. എനിക്ക് ലോകത്തോട് തന്നെ വെറുപ്പ് തോന്നി. എത്ര മനോഹരമായാണ് ദൈവം ഈ ഭൂമിയെ സൃഷ്ടിച്ചത്. ചെടികളും, മരങ്ങളും, പൂക്കളും, പുഴകളും വേണ്ടതെല്ലാം തന്നു. പക്ഷേ മനുഷ്യൻ, അവന്റെ അഹങ്കാരം സർവ്വതും നശിപ്പിക്കുന്നു.

ഞാൻ യാസ്മിന്റെ കൈകളിൽ അമർത്തി പിടിച്ചു.

'സാരമില്ല ഞാൻ നോക്കിക്കോളാം. ധൈര്യമായി പൊയ്ക്കോ.' അവൾ പോയിട്ടും കുറച്ചു നേരംകൂടി ആ ചൂടിൽ ഉരുകി ഒലിച്ചു ഞാൻ അവിടെത്തന്നെ നിന്നു.

എന്തൊരു ലോകമാണിത്. ബലവാൻ ദുർബലനെ കീഴ്പ്പെടുത്തുന്നു. അവന്റെമേൽ ആധിപത്യം സ്ഥാപിക്കുന്നു. അടിച്ചമർത്തപ്പെടുന്നവന്റെയും നീതി നിഷേധിക്കപ്പെടുന്നവന്റെയും കണ്ണുനീർ ദൈവ തിരുമുൻപിൽ എത്തപ്പെടാതെ ഇരിക്കുകയില്ല. ഞാൻ ആശ്വസിച്ചു.

പിറ്റേന്ന് ഓഫീസിൽ എത്തിയതും ഞാൻ സമീറയെ നോക്കി ഒരു സലാം പറഞ്ഞു. ബ്രേക്ക് ടൈമിൽ ഞാൻ ചോക്ലേറ്റും ബിസ്ക്കറ്റ് പാക്കറ്റും അവൾക്കു നേരെ നീട്ടി. അവൾ എന്നെ നോക്കുമ്പോൾ എല്ലാം ഓരോ പുഞ്ചിരി ഞാൻ അവൾക്കു സമ്മാനിച്ചു. കോഫിഷോപ്പിൽ പോകുമ്പോൾ മാത്രം അല്ല ഇവിടെ പോയാലും ഞാൻ അവളെ ഒപ്പം കൂട്ടി. അവളോട് നിർത്താതെ ഓരോ കാര്യങ്ങൾ സംസാരിച്ചു. അവൾക്കായി സമയം മാറ്റി വച്ചു.

പതുക്കെ പതുക്കെ അവൾ ചിരിക്കാനും സംസാരിക്കാനും തുടങ്ങി. എന്റെ കൂടെ സമയം ചിലവഴിക്കാൻ അവൾ താല്പര്യം കാണിച്ചു. മറ്റുള്ളവരുമായി ഇടപഴകാൻ ഞാൻ അവളെ പ്രേരിപ്പിച്ചു. അതിനുള്ള അവ

സരങ്ങൾ ഉണ്ടാക്കി. ഷോപ്പിംഗിന് പോകുമ്പോളും അബുദാബിയിൽ പോകുമ്പോളുമൊക്കെ ഞാൻ അവളെ ഒപ്പം കൂട്ടി. അവൾക്കായി നല്ല ഡ്രെസ്സുകളും ഷൂസുകളും വാങ്ങി. പതിയെ പതിയെ ഓഫീസിൽ എല്ലാവരുമായി അവൾ സൗഹൃദം പങ്കിട്ടു. അവളുടെ മാറ്റം യാസ്മിനെ മാത്രമല്ല എല്ലാവരെയും അത്ഭുതപ്പെടുത്തി. കാണുമ്പോൾ എല്ലാം യാസ്മിൻ എന്നോട് നന്ദി പറഞ്ഞു.

ഒരു ദിവസം യാസ്മിൻ എന്നെ തേടി വന്നത് ഒരു സന്തോഷവാർത്തയുമായിട്ടാണ്. ദുബായിൽ ജോലി ചെയ്യുന്ന അവളുടെ ഒരു ബന്ധു സമീറയെ വിവാഹം കഴിക്കാൻ ആഗ്രഹിക്കുന്നു. അവന് കാര്യങ്ങൾ എല്ലാം അറിയാം. ചെറുപ്പം മുതലേ അവന് അവളെ ഇഷ്ടമായിരുന്നു. അവൾക്കും സമ്മതമാണ്. നിനക്ക് സർപ്രൈസ് തരാനാണ് അവളുടെ പരിപാടി.

കേട്ടതും എന്റെ മനസ്സ് സന്തോഷം കൊണ്ട് നിറഞ്ഞു. ഞാൻ നെടുവീർപ്പിട്ടു. ദൈവമേ നിനക്ക് നന്ദി. എല്ലാം നിന്റെ ഹിതം പോലെ നടക്കട്ടെ

വെള്ളിയാഴ്ച വൈകുന്നേരം ഒന്ന് പുറത്തിറങ്ങാൻ റൂമിൽ നിന്ന് ഇറങ്ങി കോറിഡോറിലൂടെ നടക്കുമ്പോൾ എതിരെ ഓടിവന്ന സമീറ എന്നെ ഇടിച്ചിട്ടു. ‘നിനക്കെന്താ കണ്ണ് കണ്ടുകൂടെ.’ താഴെ വീണ മൊബൈൽ കയ്യിൽ എടുത്തുകൊണ്ടു ഞാൻ അവളോട് ചോദിച്ചു.

‘ഞാൻ നിന്നെ തിരക്കി വരിക ആയിരുന്നു. വാ ഒരാളെ പരിചയപ്പെടുത്താം.’ അവൾ എന്റെ കയ്യിൽ പിടിച്ചു വലിച്ചു. ഞാൻ അവളോടൊപ്പം ചെന്നു.

രണ്ടു കാറുകൾ നിറയെ ആളുകൾ. ബന്ധുക്കളെ എല്ലാം അവൾ എനിക്ക് പരിചയപ്പെടുത്തി. കാറിൽ ചാരി ചിരിയോടെ നിന്നിരുന്ന വെളുത്തു മെലിഞ്ഞ സുന്ദരനായ ചെറുപ്പക്കാരനെ യാസ്മിൻ ആണ് പരിചയപ്പെടുത്തിയത്. അവൻ മുന്നോട്ടു വന്ന് എന്നെ കെട്ടിപ്പിടിച്ചു.

‘താങ്ക്യൂ മാം, താങ്ക്യു വെരി മച്ച്.’ അവൻ പറഞ്ഞു. ഞങ്ങളോടൊപ്പം വരൂ ഞങ്ങൾ ഫുഡ് കഴിക്കാൻ പോവുകയാണ്.

അവർ എന്നെ ക്ഷണിച്ചു. ഞാൻ സ്നേഹപൂർവ്വം നിരസിച്ചു.

ഇനി ഒരിക്കൽ ആകട്ടെ.

അവർക്കിടയിൽ ഇനി ഞാൻ എന്തിന്. ഞാൻ സമീറയെ ചേർത്തു പിടിച്ച് അവളോട് പറഞ്ഞു ‘ദൈവത്തിനു പ്രിയപ്പെട്ടവൾ ആണ് നീ. അത് എപ്പോളും ഓർക്കുക.’

അവൾ മനോഹരമായി പുഞ്ചിരിച്ചു. ഉത്സാഹത്തോടെ കാറിൽ കയറി

പോകുന്നത് ഞാൻ നോക്കി നിന്നു. സന്തോഷം കൊണ്ട് എന്റെ ഹൃദയം തുളുമ്പി.

ദൈവമേ നീ എന്നെ ഏൽപ്പിച്ചു. ദാ, ചിപ്പിക്കുള്ളിലെ മുത്തു പോലെ അവളെ ഞാൻ തിളക്കമുള്ളതാക്കി മാറ്റി.

പഴയ ഓർമ്മകൾ ഒന്നും അവളുടെ ജീവിതത്തിൽ എത്തി നോക്കാതിരിക്കട്ടെ. സന്തോഷത്തോടെ അവൾ അവളുടെ ജീവിതം ജീവിച്ചു തീർക്കട്ടെ. ഞാൻ പ്രാർത്ഥിച്ചു.

ഒന്ന് ചേർത്തു പിടിക്കാൻ മനസ്സ് കാണിച്ചാൽ രക്ഷപെട്ടു പോകുന്ന എത്രയോ ജീവിതങ്ങൾ ഉണ്ട് ഭൂമിയിൽ. ലോകത്ത് സഹായം അവശ്യമുള്ള ഒരുപാട് ആളുകൾ ഉണ്ട്. അവരെ എല്ലാം സഹായിക്കാൻ നമുക്ക് കഴിഞ്ഞു എന്ന് വരില്ല. നമ്മുടെ മുൻപിൽ എത്തുന്നവരെ സഹായിക്കാൻ തീർച്ചയായും നമുക്ക് കഴിയും. അപ്പോൾ സമീറയുടെ പുഞ്ചിരി പോലെ ഉള്ള പുഞ്ചിരികൾ നമുക്ക് പ്രതിഫലമായി കിട്ടും. ഞാൻ ഓർത്തു.

എന്റെ ഫോൺ റിങ് ചെയ്തു. കൂടെ ജോലി ചെയ്യുന്ന മറ്റൊരു സ്റ്റാഫ് ആണ്. മാഡം ഒന്ന് കാണാൻ പറ്റുമോ ഒരു ഹെല്പ് വേണ്ടിയിരുന്നു.

'ഓ തീർച്ചയായും കാണാം.' എന്റെ ചുണ്ടിലും ഒരു പുഞ്ചിരി വിടർന്നു. ഞാനും ദൈവത്തിനു പ്രിയപ്പെട്ടവൾ തന്നെ. അതുകൊണ്ടാണല്ലോ ഒരുപാട് ജീവിതങ്ങളെ അവിടുന്ന് എന്നെ ഏൽപ്പിക്കുന്നത്. ഒരുപാട് പുഞ്ചിരികൾ കാണാൻ എനിക്ക് അവസരം തരുന്നത്. ദൈവമേ നിനക്ക് നന്ദി. ഞാൻ ദൈവത്തോട് വീണ്ടും വീണ്ടും നന്ദി പറഞ്ഞു.

ഓലഞ്ഞാലി കിളി

സ്റ്റെപ്പുകൾ കയറിയപ്പോൾ അയാൾ വല്ലാതെ അണച്ചു പോയി. ഒഴുകി വന്ന വിയർപ്പ് ടിഷ്യു കൊണ്ടു തുടച്ചു.

വീട് തുറന്നു അകത്തു കയറി പരവേശത്തോടെ അയാൾ ജഗ്ഗിലിരുന്ന വെള്ളം എടുത്തു കുടിച്ചു. ഹൃദയം പറിഞ്ഞു പോകും പോലെ അയാൾക്ക് തോന്നി . ഇല്ല എന്ന് അറിയാമെങ്കിലും വീടിന്റെ ഓരോ മുറികളിലും കയറി അയാൾ വെറുതെ അമ്മയെ തിരഞ്ഞു.

തിരികെ വന്നു കട്ടിലിൽ ഇരുന്ന് ഹൃദയം പൊട്ടി കരഞ്ഞു. അല്പം ഒരു ആശ്വാസം തോന്നിയപ്പോൾ ആ വഴി പോകേണ്ടിയിരുന്നില്ല എന്ന് അയാൾ ഓർത്തു. ഒരു അത്യാവശ്യം വന്നതുകൊണ്ടാണ് അവളുടെ വീടിനു മുൻപിലൂടെ പോകേണ്ടി വന്നത്. പക്ഷെ ആ വീടും പരിസരവും അയാളെ വീണ്ടും ഓർമകളിൽ മുക്കി കൊന്നു. അയാളുടെ ഹൃദയം പിടച്ചു കൊണ്ടിരുന്നു.

അയാളെ സംബന്ധിച്ചിടത്തോളം അവളുടെ ഒഴിവാക്കൽ സ്നേഹം നഷ്ടപ്പെടൽ മാത്രം ആയിരുന്നില്ല. ജീവിതം നഷ്ടപ്പെടൽ കൂടി ആയിരുന്നു. ഒരു പ്രണയനഷ്ടം ഇത്രമേൽ വേദനിപ്പിക്കും എന്ന് അയാൾക്ക് ഇപ്പോഴാണ് മനസ്സിലായത്. കൂടെ നടന്നവൾ, കൂട്ടായിരുന്നവൾ, എല്ലാമായി കരുതിയവൾ.. തന്റെ ജീവിതത്തിൽ എല്ലാറ്റിലും വലുത് അവളായിരുന്നു എന്ന് അറിഞ്ഞുകൊണ്ടു തന്നെ മനഃപൂർവം അവൾ ഒഴിഞ്ഞു പോയി.

ഇല്ലാത്ത കാരണങ്ങൾ ഉണ്ടാക്കി തൊട്ടതിനും പിടിച്ചതിനും ഒക്കെ വഴക്കുകൾ ഉണ്ടാക്കി, പേടിപ്പിച്ചു ഭയത്തിന്റെ ചങ്ങലയിൽ കൊരുത്തിട്ടു. അങ്ങനെ അങ്ങനെ ആശ്വാസത്തിനും സമാധാനത്തിനും പകരം എപ്പോളും ഭയം മാത്രം തന്നു നോവിക്കാവുന്ന അത്ര നോവിച്ച് അവൾ പോയി. അതുകൊണ്ട് അയാളുടെ ജീവിതമാണ് ഉടഞ്ഞു പോയത്. അവൾക്ക് ഉപയോഗിച്ച് പഴയതായതെന്തോ വലിച്ചെറിഞ്ഞു കളയുന്നപോലെയും.

അഞ്ചു വർഷങ്ങൾക്കു മുൻപാണ്, അമ്മ മരിച്ചതറിഞ്ഞു അയാൾ എമർജൻസി ലീവിൽ നാട്ടിലെത്തിയത്. ഓരോ ലീവിന് വരുമ്പോളും മോനെ എന്ന് വിളിച്ചു ആഹ്ലാദത്തോടെ ഓടി വരാറുള്ള അമ്മ പോയ

പ്പോൾ വീട്ടിൽ മാത്രമല്ല ഈ ലോകത്തും തനിച്ചായപോലെ അയാൾക്ക് തോന്നി. അമ്മയായിരുന്നു അയാളുടെ ലോകം. നടന്നുകൊണ്ടിരുന്ന വഴി പെട്ടെന്ന് അവസാനിച്ചപോലെ, ഇനി ഒന്നും ചെയ്യാൻ ഇല്ലാത്ത പോലെ പകച്ചു നിന്നു.

അമ്മയുള്ളപ്പോൾ ഒരുപാട്പേർ ജീവിതത്തിലുള്ളതുപോലെ ആയിരുന്നു. ഒരു പാട് കാര്യങ്ങൾ ചെയ്യാനുണ്ടായിരുന്നു. ഇപ്പോൾ ജീവിതം ശൂന്യം. ഒറ്റപ്പെടൽ എത്ര ഹൃദയഭേദകമാണ് എന്ന് അയാൾക്ക് മനസ്സിലായി.

അമ്മയുടെ ചടങ്ങുകളെല്ലാം കഴിഞ്ഞപ്പോഴാണ് അവൾ അടുത്തു വന്ന് സംസാരിച്ചത്. പോകുംമുൻപ് വീട്ടിൽ വരണം. അവൾ ക്ഷണിച്ചു. വരാം എന്ന് സമ്മതിച്ചു.

പിന്നിടുള്ള ദിവസങ്ങൾ അയാൾക്ക് കഠിനമായിരുന്നു. നരകം പോലെ. ആരുമില്ലാതെ ഒറ്റയ്ക്കിരുന്നു കരഞ്ഞു. സങ്കടങ്ങൾ ആരോടും പറയാനാവാതെ വീർപ്പുമുട്ടി. അയാൾക്ക് മരിക്കാൻ തോന്നി. തന്നെ തനിച്ചാക്കി പോകാൻ അമ്മക്ക് എങ്ങിനെ കഴിഞ്ഞു എന്ന് അയാൾ വിലപിച്ചു.

അയാളുടെ സന്തോഷവും, ധൈര്യവും എല്ലാം അമ്മയായിരുന്നു. അമ്മയില്ലാതെ ജീവിച്ചിരിക്കാൻ അയാൾ ഇഷ്ടപ്പെട്ടില്ല. മരിക്കാൻ ആഗ്രഹിച്ചു. അതിനെക്കുറിച്ചു മാത്രം ചിന്തിച്ചു. അയാൾ അങ്ങനെ ഒരു തീരുമാനത്തിലെത്തി. അതിനുമുൻപ് അവളെ ഒന്ന് കാണാൻ തോന്നി. അങ്ങനെയാണ് അവളുടെ വീട്ടിലെത്തിയത്. അയാളെ കണ്ടപ്പോൾ ഉത്സാഹത്തോടെ, തുമ്പിയെപ്പോലെ അവൾ പാറി പറന്നു വന്നു. ആ കൂടിക്കാഴ്ച അയാളുടെ മനസ്സിനെ തണുപ്പിച്ചു. അവൾ അയാളെ ആശ്വസിപ്പിച്ചു. ഞാൻ ഉണ്ട് കൂടെ എന്ന് അവൾ ആവർത്തിച്ചു പറഞ്ഞു.

അവളുടെ സ്നേഹപ്രകടനത്തിലും കരുതലിലും അയാൾ ഉലഞ്ഞു പോയി. അമ്മ തന്നിട്ട് പോയതാണ് അവളെ എന്ന് അയാൾ വിശ്വസിച്ചു. മനസ്സ് ഇവിടെ വച്ചിട്ടാണ് ലീവ് കഴിഞ്ഞു അയാൾ തിരികെ പോയത്. മൊബൈൽ ഫോൺ സ്വിച്ച് ഓഫ് ചെയ്യാനുള്ള അനൗൺസ്മെന്റ് വരുന്നതിനു മുൻപ് ഫ്ളൈറ്റിൽ ഇരുന്ന് പല തവണ അയാൾ അവളെ വിളിച്ചു നോക്കി. ഓരോ തവണ റിങ്ങ് ചെയ്യുമ്പോഴും അയാളുടെ ഹൃദയം പടപടാ മിടിച്ചു കൊണ്ടിരുന്നു. ഞാൻ ഈ ഭൂമിയിൽ ഒറ്റയ്ക്കാണ്. ഇനി എന്നും കൂടെ ഉണ്ടാകുമോ എന്ന് അയാൾക്ക് അവളോട് ചോദിക്കണം എന്നുണ്ടായിരുന്നു. അവസാന റിങ്ങിൽ അവൾ ഫോൺ എടുത്തു. ഡ്യൂട്ടിയിലായിരുന്നു എന്നും ലഞ്ച് ബ്രേക്ക് ആണെന്നും ഫോൺ എടുക്കാൻ ഓടി വന്നതാണെന്നും അവൾ പറഞ്ഞു.

യാത്ര പറഞ്ഞു എങ്കിലും, തൊട്ടപ്പുറത്തെ സീറ്റിൽ ഇരുന്ന ആൾ അയാളെ തന്നെ നോക്കി ഇരുന്നതു കൊണ്ടു ചോദിക്കാൻ കരുതിയ കാര്യം അയാൾ ചോദിച്ചില്ല.

എയർപോർട്ടിൽ ഇറങ്ങിയ ഉടൻ ഫോൺ റീചാർജ് ചെയ്തു അവളെ വിളിച്ചു. അവളോട് ഹൃദയമിടിപ്പോടെ ആ ചോദ്യം ചോദിച്ചു. എന്നും കൂടെ ഉണ്ടാകും ഒരിക്കലും ഉപേക്ഷിക്കില്ല എന്ന അവളുടെ മറുപടി കേട്ടപ്പോൾ അറേബ്യ മുഴുവൻ പച്ച പുതച്ചതുപോലെ അയാൾക്ക് തോന്നി.

പിന്നീട് ദിവസങ്ങൾ എണ്ണിക്കൊണ്ടിരുന്നു. എങ്ങനെയെങ്കിലും നാട്ടിൽ തിരിച്ചെത്തിയാൽ മതി എന്ന് ആഗ്രഹിച്ചു. തനിക്കു ചുറ്റും നടക്കുന്ന ഒരു കാര്യവും അയാൾ അറിഞ്ഞില്ല. ലോകം അവൾ മാത്രമായി. മണിക്കൂറുകൾ അവളോട് ഫോണിൽ സംസാരിച്ചു. കണ്ടു സംസാരിക്കാൻ അയാൾ ഒരു പുതിയ ഫോൺ അവൾക്കു അയച്ചുകൊടുത്തു. അവൾ അയാൾക്കുവേണ്ടി മനോഹരമായി പാടി, കഥകൾ പറഞ്ഞു.

അവൾക്കായി അയാൾ ഓരോ സർപ്രൈസുകൾ ഒരുക്കി. അവൾക്കുവേണ്ടി ഷോപ്പിങ്ങുകൾ നടത്തി. കൊച്ചു കൊച്ചു കമ്മലുകളും ലോക്കറ്റുകളും ഷോപീസുകളും അങ്ങനെ അവൾക്കിഷ്ടമുള്ളതെല്ലാം വാങ്ങിക്കൂട്ടി. അവളെ കാണാൻ അത്യാഹ്ലാദത്തോടെയാണ് അയാൾ നാട്ടിലേക്കു പുറപ്പെട്ടത്.

എയർപോർട്ടിൽനിന്നും വീട്ടിലേക്കു പോകാനുള്ള കാർ അവളാണ് അറേൻജ് ചെയ്തത്. ഒരു പൊതിച്ചോറും അവൾ കൊടുത്തു വിട്ടിരുന്നു.

ദൂര യാത്ര പറ്റാത്തതുകൊണ്ട് അവൾ വന്നില്ല. പൊതിച്ചോറ് കഴിച്ചപ്പോൾ അവൾക്കു നല്ല കൈപ്പുണ്യം ഉണ്ടല്ലോ എന്ന് ഓർത്തു.

അവസാനത്തെ വറ്റും അയാൾ ആസ്വദിച്ചു കഴിച്ചു. അവളെ കണ്ട നിമിഷം ജീവിതത്തിൽ മുൻപൊരിക്കലും ഉണ്ടായിട്ടില്ലാത്ത സന്തോഷം അനുഭവിച്ചു.

അവളെ കൂടെ കൂട്ടിയപ്പോളും ഈ ലോകത്ത് ഏറ്റവും വലിയ ഭാഗ്യവാൻ താൻ ആണെന്ന് വിശ്വസിച്ചു. അവളുടെ സ്നേഹത്തിലും കരുതലിലും എല്ലാ സങ്കടങ്ങളും മറന്നു.

അവളുടെ ഇഷ്ടങ്ങളിൽ സ്വയം മറന്ന് ജീവിച്ചു. ചിലപ്പോഴൊക്കെ അവൾ അയാളോട് കലഹിച്ചു. കാരണം ഇല്ലാതെ വഴക്കുകൾ ഉണ്ടാക്കി. വെറുതെ സംശയിച്ചു.

ഒരുപാട് കാലം ഒറ്റയാനായി ജീവിച്ച അയാൾ അതൊന്നും കാര്യമാക്കിയില്ല. തനിച്ചായിപ്പോയ ജീവിതത്തിലേക്ക് അവൾ വന്നു എന്നതായിരു

ന്നു ഏറ്റവും പ്രധാനം.

ലീവ് കഴിഞ്ഞു തിരിച്ചെത്തിയാൽ അവളെ പിരിഞ്ഞ ദുഃഖത്തിൽ വല്ലാതെ നീറിക്കൊണ്ടിരുന്നു.

വീണ്ടും മണിക്കൂറുകൾ നീണ്ടു നിൽക്കുന്ന ഫോൺ വിളി. അല്പം ആശ്വാസത്തിനാണ് വിളിക്കുന്നതെങ്കിലും വഴക്കിലും ബഹളത്തിലും മാത്രമായിരിക്കും അത് അവസാനിക്കുന്നത്.

അവൾ എന്നും ഒരു കാര്യവും ഇല്ലാതെ സംശയത്തിന്റെ മുൾമുന യിൽ നിർത്തി. വാക്കുകൾ കൊണ്ട് ആക്രമിച്ചു. ചെറിയ കാര്യങ്ങൾ പറഞ്ഞുപറഞ്ഞ് മഹാസംഭവമാക്കി. അവളുടെ ഒച്ചപ്പാടും ബഹളവും അയാളെ നിസ്സഹായനാക്കി.

കേൾക്കാനും ഉൾക്കൊള്ളാനുമുള്ള ക്ഷമ ഒരു കാര്യത്തിലും അവൾ കാണിച്ചില്ല. എങ്കിലും അവളെ വെറുക്കാൻ കഴിഞ്ഞില്ല, വീഴാൻ തുട ങ്ങിയപ്പോൾ വിരൽത്തുമ്പ് നീട്ടിത്തന്നവൾ, കൈപ്പുണ്യം രുചിയോടെ വിളമ്പി തന്നവൾ, വിരലിൽ വിരൽ കോർത്തുവച്ചു സ്നേഹം പങ്കിട്ട വൾ..

എങ്ങനെ വെറുക്കും. കാലക്രമേണ എല്ലാം ശരിയാകും എന്ന് വിശ്വ സിച്ചു. പക്ഷെ കാര്യങ്ങൾ കൂടുതൽ വഷളായി.

അയാളെ ഒഴിവാക്കാനും അയാളിൽ നിന്നു മാറ്റാരിലേക്കോ ഓടിപ്പോ കാനും അവൾ വ്യഗ്രത കാട്ടി. അയാളുടെ അവസ്ഥയോ നീറുന്ന ഹൃദ യമോ അവൾ കണ്ടില്ല.

ജീവിതത്തിലേക്കു കൂട്ടാൻ തീരുമാനിച്ചപ്പോൾ അവൾക്കു ചുറ്റും ഉണ്ടായിരുന്നവർ മുന്നറിയിപ്പ് കൊടുത്തതാണ്. അവൾക്കു പെട്ടെന്ന് ആ ളുകളെ മടുക്കും. അത് അവളുടെ സ്വഭാവമാണ് എന്ന്. അന്നത് കാ ര്യമാക്കിയില്ല. കിട്ടാവുന്ന സ്നേഹം മുഴുവൻ അവൾ ഊറ്റിയെടുത്തു. അറിയാനുള്ളതെല്ലാം അറിഞ്ഞു. ഇനി ഒന്നും ബാക്കിയില്ല. പിന്നെ എ ന്തിനു കാത്തു നിൽക്കണം.

അവൾ അങ്ങനെ ആയിരിക്കും ചിന്തിച്ചത്. ഇനി ഒരു തുള്ളി സ്നേഹം പോലും തന്നിൽ അവശേഷിച്ചിട്ടില്ല എന്ന് അയാൾക്ക് തോന്നി.

മരണത്തിൽ പോലും ഒന്നിച്ചായിരിക്കും എന്ന് വാക്ക് തന്നവൾ, ഒരു കല്ലറയിൽ ഉറങ്ങണം എന്ന് തീരുമാനിച്ചവൾ, ഇങ്ങനെ ഒക്കെ വെറും വാക്ക് പറയാൻ എങ്ങനെ കഴിഞ്ഞു.

അവളെ കാണാനും സംസാരിച്ചു എല്ലാം ശരിയാക്കാനും കൂടിയാണ് നാട്ടിൽ എത്തിയത്. അത് കൂടുതൽ വേദന ആയി. ലോകത്തെ വിറ പ്പിച്ച മഹാമാരിയിൽ അയാളും പെട്ടു.

ആശുപത്രി കിടക്കയിൽ ഒരിറ്റു ശ്വാസം എടുക്കാനാവാതെ, അവൾ നൽകിയ വേദനകളും അവളോടൊപ്പം ഉണ്ടായിരുന്ന നല്ല നിമിഷങ്ങളും ഓർത്തു മരണം കാത്തു കിടന്നു.

തിരികെ വീട്ടിൽ എത്തി. അവൾ ഇല്ലാതെ ജീവിക്കാൻ ശ്രമം നടത്തിയെങ്കിലും ഓർമ്മകൾ വേട്ടയാടി കൊണ്ടിരുന്നു.

അവളുടേതായി ഒന്നും വീട്ടിൽ അവശേഷിച്ചിട്ടില്ല. എങ്കിലും എല്ലായിടത്തും ഓർമ്മകൾ നിറഞ്ഞു നിന്നിരുന്നു. ഉറക്കത്തിൽ പോലും അവളുടെ പാട്ടുകൾ അയാൾ കേട്ടു. മയിൽപ്പീലി വിടർത്തും പോലെ മനോഹരമായി സാരി ഉടുത്തു സ്വപ്നങ്ങളിൽ അവൾ വന്നു നിന്നു.

അവളുടെ ഓർമകളിൽ നിന്നു മോചനം നേടാൻ പലതും ചെയ്തു നോക്കി. എല്ലാ വഴികളും അവസാനം അവളിൽ തന്നെ വന്നു നിന്നു.

അമ്മ ഉണ്ടായിരുന്നെങ്കിൽ എന്ന് ഓർത്തു. അവൾ ഇല്ലാതെ മുന്നോട്ടു പോകാൻ തനിക്കു ഇനി കഴിയില്ല എന്ന തിരിച്ചറിവിൽ അയാൾ മുറ്റത്തെ മരക്കൊമ്പിൽ ഓലഞ്ഞാലിക്കിളിയെ പോലെ തൂങ്ങിയാടി.

നാരായണന്റെ തോന്നലുകൾ

സിറ്റൗട്ടിലെ കസേരയിൽ കമ്പിളി പുതച്ച് തിമിർത്തു പെയ്യുന്ന മഴ നോക്കി നാരായണൻ ബീഡി ആഞ്ഞു വലിച്ചു. പറമ്പിൽ പണിക്കു വരുന്ന ചെറുക്കനോട് കെഞ്ചി ചോദിച്ചപ്പോൾ അവൻ തന്നതാണ്. ബീഡി വലിക്കുന്നത് മക്കളോ കൊച്ചുമക്കളോ കണ്ടാൽ വഴക്ക് പറയും. പണ്ടൊക്കെ ഇഷ്ടം പോലെ വലിച്ചിരുന്നു. ഇപ്പോൾ ആരോടെങ്കിലും കെഞ്ചണം ഒരെണ്ണം കിട്ടണമെങ്കിൽ. രാത്രി എല്ലാവരും ഉറങ്ങിയപ്പോൾ ഇവിടെ വന്നിരുന്നതാണ്. പഴയ കാര്യങ്ങളൊക്കെ ആലോചിച്ചു ബീഡിയും വലിച്ചു ഇങ്ങനെ ഇരിക്കാൻ ഒരു സുഖം.

പ്രായമായാൽ പിന്നെ എല്ലാം അരുതുകൾ ആണ്. എല്ലാത്തിനും വിലക്കുകൾ, എവിടെയെങ്കിലും മൂലയ്ക്ക് ഇരുന്നോണം ആർക്കും ബുദ്ധിമുട്ട് ഇണ്ടാക്കാതെ.

അയാൾ ഭാര്യയെ കുറിച്ച് ഓർത്തു. ഭാഗ്യവതി. ആർക്കും ബുദ്ധിമുട്ട് ഉണ്ടാക്കാതെ നേരത്തെ പോയി. കട്ടൻ കാപ്പിയും കുടിച്ചു കഥകൾ പറഞ്ഞിരുന്ന് എത്ര മഴ കണ്ടിട്ടുണ്ട്, അതൊക്കെ ഒരു കാലം.

കർക്കിടകം പെയ്തിറങ്ങിയ പട്ടിണിക്കാലം. കാശിനു ദാരിദ്ര്യം ഉണ്ടായിരുന്ന, കപ്പയും ചേമ്പും ചേനയും, താളും തകരയും കൊണ്ടു വിശപ്പടക്കിയിരുന്ന കാലം. ഇപ്പോൾ എന്നും കർക്കിടകമാണ്. മഴയോട് മഴ. നാരായണന് വല്ലാത്ത തണുപ്പ് തോന്നി. പുതച്ചിരിക്കുന്ന കമ്പിളി, വീട് വീടാന്തരം വിൽപ്പനക്ക് വരുന്ന ഹിന്ദിക്കാരോട് ഭാര്യ വിലപേശി വാങ്ങിയതാണ്. അത് പുതക്കുമ്പോൾ അവളുടെ ചൂട് കൂടെയുള്ളത് പോലെ. മുറ്റത്തെന്താണ് ഒരു അനക്കം നാരായണൻ സൂക്ഷിച്ചു നോക്കി, ഒരു പോത്ത് ആണല്ലോ ഇതിപ്പോൾ എവിടുന്നു കയറും പൊട്ടിച്ചു വന്നു.

പെട്ടെന്ന് ഒരാൾ മുൻപിലേക്ക് കയറി വന്നു. നാരായണൻ ഒന്ന് ഞെട്ടി.

'ആരാ', ശബ്ദത്തിന് ഒരു വിറയൽ

'ഞാനാ നാരായണാ കാലൻ'

കാലൻ നനഞ്ഞു കുളിച്ച് ഇറയത്തേക്ക് കയറി.

'ന്റെ സമയം ആയി അല്ലേ. എന്നാൽ വൈകണ്ട പോകാം.' നാരായണൻ തിരക്ക് കൂട്ടി.

'നിങ്ങടെ സമയം ഒന്നും ആയിട്ടില്ല. ഞാൻ വേറൊരു വഴിക്കു പോകുവാരുന്നു. ഒടുക്കത്തെ മഴ അപ്പോളാ നിങ്ങളെ കണ്ടത് ഇങ്ങോട്ട് ഒന്ന് കയറി എന്നേ ഉള്ളു,'

'ഈ പോത്തിനെ മാറ്റി ഒരു കാർ വാങ്ങി കൂടെ? നനയണ്ടല്ലോ?'

'ഉവ്വാ, പെട്രോൾ വിലയെ കുറിച്ച് വല്ല ധാരണയും ഉണ്ടോ, കാറ് പോയിട്ട് ഒരു റെയിൻ കോട്ട് വാങ്ങാൻ സമ്മതിക്കുന്നില്ല, പിന്നല്ലേ, പണി എടുത്തു ഞാൻ മടുത്തു. രാവ് എന്നില്ല പകലെന്നില്ല, ഇതിലും ഭേദം വല്ല കോർപറേറ്റ് കമ്പനിയിലും ജോലിക്ക് കയറുന്നതാണ്. ശമ്പളം ഒക്കെ കൃത്യമായിട്ട് തരുമോ, കൂടുതൽ സമയം ജോലി ചെയ്താൽ എന്തോ കിട്ടുമല്ലോ ഇവിടെ പിള്ളേര് പറയുന്ന കേൾക്കാം ഓവർ ടൈം ആണോ? ഇത്ര നാളത്തെ കണക്ക് കൂട്ടിയാൽ സ്വർഗം തന്നെ എനിക്ക് എഴുതി തരേണ്ടി വരും. സുനാമിയും വെള്ളപ്പൊക്കവും, കോറോണയും ഒക്കെ വന്നപ്പോൾ ഒരു റസ്റ്റ് ഇല്ലാതെ ഡ്യൂട്ടി അല്ലാരുന്നോ, ഇനി ആ ഡാം എങ്ങാനും പൊട്ടിയാൽ പണിയെടുത്തു ഞാൻ മരിക്കും '

'ഡാം പൊട്ടുമോ'

നാരായണൻ വേവലാതിയോടെ ചോദിച്ചു,

ടിവി കാണാൻ വന്നിരിക്കാറില്ല എങ്കിലും മുറിയിലിരുന്നു വാർത്തകൾ കേൾക്കാറുണ്ട് നാരായണൻ.

'ഡാം പൊട്ടും എന്നും പൊട്ടില്ല എന്നും ഒക്കെയുള്ള ചാനൽ ചർച്ചകളും കേൾക്കാറുണ്ട് തൊണ്ണൂറ്റിഒൻപതിലെ വെള്ളപ്പൊക്കത്തെ പോലും അതിജീവിച്ച വീടാണ് ഇത് എന്ന് പറഞ്ഞു'

'കേട്ടിട്ടുണ്ട് അപ്പൻ ഒന്ന് പുതുക്കി പണിതു, ഈ വീടും, വീട്ടുകാരും എല്ലാം വെള്ളത്തിനു അടിയിൽ ആകുമല്ലോ ദൈവമേ ഡാം പൊട്ടുമോ? എന്തേലും അറിയാമോ?'

'ഡാം പൊട്ടിയേക്കാം, ആ ചിത്രഗുപ്തൻ ഉണ്ടല്ലോ ലിസ്റ്റ് അന്നന്നേക്കുള്ളതെ തരു. അതുകൊണ്ട് ഒന്നും അറിയാൻ പറ്റില്ല. പക്ഷെ കൂടുതൽ ആളുകളെ അക്കോമഡേറ്റ് ചെയ്യാനുള്ള ഒരുക്കങ്ങൾ ഒക്കെ അവിടെ നടക്കുന്നുണ്ട്. എല്ലാം രഹസ്യമാണെന്നേ. പിന്നെ ഒരു കണക്കിന് നന്നായി കൊറോണയും വെള്ളപ്പൊക്കവും എല്ലാം കൂടി വന്നപ്പോൾ മനുഷ്യൻ നട്ടം തിരിയുക അല്ലേ, കാശ് ഉള്ളവൻമാര് ആണെങ്കിൽ അതും കെട്ടിപ്പിടിച്ചു ഇരിക്കുന്നു. ചത്താൽ ഒന്നും കൂടെ കൊണ്ടു വരാൻ ഞാൻ സമ്മതിക്കുകയും ഇല്ല. പിന്നെ എന്തിനാണോ ഈ ആക്രാന്തം. വിശന്നിട്ടാണെൽ എനിക്ക് കണ്ണ് കാണുന്നില്ല, ടിഎ, ഡിഎ ഒക്കെ പഴയ പോലെ തന്നെ ആണെന്നേ ഇപ്പോളും തരുന്നത്. സാധനങ്ങൾക്ക് ഒക്കെ

തീവില ആയതു അവിടുള്ളോർക്കു അറിയണ്ടല്ലോ, ഇവിടെ ജീവിക്കുന്നവരെ സമ്മതിക്കണം പാവപ്പെട്ടവർ ഒക്കെ എങ്ങനെ ജീവിക്കും വെറുതെയാണോ ഇവിടെ ഇത്രയും രാഷ്ട്രീയക്കാർ പെരുകുന്നത്, മഴ കുറയുന്നില്ലല്ലോ നാരായണാ.'

അപ്പോഴാണ് നാരായണൻ ഒരു കാര്യം ഓർത്തത്. ഒന്ന് ചോദിച്ചു നോക്കാം,

'അതേ എന്റെ ഭാര്യയെ കുറെ നാൾ മുൻപ് കൊണ്ടുപോയിരുന്നല്ലോ അവൾക്കു അവിടെ സുഖം ആണോ'

കാലൻ ഒന്ന് ആലോചിച്ചു,

'ഓ, ഞാൻ ഓർക്കുന്നു വാസന്തി, എഴുപതു വയസ്സ്, സുഖം ആണോ എന്ന് അറിയണേൽ ചിത്രഗുപ്തനോട് ചോദിക്കണം. ഞാൻ ഒന്ന് വിളിച്ചു നോക്കാം'

കാലൻ മൊബൈൽ എടുത്തതും നാരായണേട്ടൻ പോലും ചിരിച്ചു പോയി.

'ഇതിനു നിങ്ങളെക്കാൾ പഴക്കം ഉണ്ടല്ലോ?'

കിട്ടിയ സമയത്ത് നാരായണൻ കാലനെ ഒന്ന് കളിയാക്കി.

'പിന്നല്ലേ ഒരു ആൻഡ്രോയ്ഡ് ഫോൺ വാങ്ങി തരാൻ എത്ര നാളായി പറയുന്നു. കേൾക്കണ്ടേ. ഡ്യൂട്ടിക്കിടയിൽ ഞാൻ പബ്ജി കളിച്ചു സമയം കളയും പോലും. അസൂയ അല്ലാതെ എന്താ? എനിക്ക് ഫീൽഡ് വർക്ക് ആയതുകൊണ്ട് സുഖം ആണെന്നാ അവരുടെ വിചാരം. ഫ്രീഡം കിട്ടുമെന്ന്... ആ ബെല്ലുണ്ട്. ഹലോ.'

പിന്നെ സംസാരിച്ചത് ഒന്നും നാരായണന് മനസ്സിലായില്ല.

'ഇത് എന്തു ഭാഷ?' കാലൻ ഫോൺ വച്ചതും നാരായണൻ ചോദിച്ചു.

'ഇതാണ് ഞങ്ങൾ അവിടെ സംസാരിക്കുന്നത്. സംസ്കൃതം, ദേവഭാഷ ആണ്. ചിത്രഗുപ്തൻ ഇത് മാത്രമേ സംസാരിക്കു. പിന്നെ നിങ്ങളുടെ ഭാര്യ നിങ്ങൾ ചെല്ലുന്നതും കാത്തു സുഖമായിരിക്കുന്നു. നിങ്ങളോട് പറയാൻ ഒരു കാര്യം പറഞ്ഞിട്ടുണ്ട്.. മരിക്കുന്ന അന്ന് കുളിക്കാൻ പോയപ്പോൾ കഴുത്തിൽ കിടന്ന അഞ്ചു പവന്റെ മാല ഊരി നിങ്ങളുടെ മുറിയിലെ ഭിത്തിയിലെ ഭഗവാന്റെ ഫോട്ടോയുടെ പുറകിൽ വച്ചിട്ടുണ്ട് എന്ന്. മഴ കുറയുന്ന ലക്ഷണമില്ല, നിന്നാൽ ശരിയാവില്ല, ഞാൻ പോട്ടെ നാരായണാ.'

കാലൻ മുറ്റത്തു നിന്ന വാഴക്കൈ ഒന്ന് വെട്ടി എടുത്തു, കാലന്റെ പോത്തു നാവു നീട്ടിയെങ്കിലും മൈൻഡ് ചെയ്യാതെ തലക്കുമുകളിൽ

ചൂടി കൈ വീശി കാലൻ യാത്ര പറഞ്ഞു.

അന്ന് ആദ്യമായി നാരായണന് ഭാര്യയോട് ദേഷ്യം തോന്നി. മൂധേവി അവള് കാരണം എന്തെല്ലാം അപമാനം സഹിച്ചു. കളിക്കൂട്ടുകാരി ആയിരുന്ന കല്യാണി ഭർത്താവ് മരിച്ചു രണ്ടു മക്കളുമായി ദുരിതം അനുഭവിക്കുന്ന കണ്ടപ്പോൾ സഹായിക്കാറുണ്ടായിരുന്നു എന്നത് നേര്. അതിനു ഈ നാട്ടുകാർ എന്തൊക്കെ അപവാദങ്ങളാണ് പറഞ്ഞുണ്ടാക്കിയത്. വാസന്തി മരിച്ചു കഴിഞ്ഞു മാല കാണാതായപ്പോൾ മക്കളും മരുമക്കളും എല്ലാം പറഞ്ഞു, താൻ എടുത്തു കല്യാണിക്ക് കൊടുത്തത് ആണെന്ന്. എന്നിട്ടിപ്പോ.. ഏതായാലും മരിക്കും മുൻപ് സത്യം തെളിഞ്ഞല്ലോ അത് മതി. നാരായണൻ ആശ്വസിച്ചു.

ഒരു ബീഡി കാലനും കൊടുക്കേണ്ടത് ആയിരുന്നു. അതെങ്ങനെ ആകെ രണ്ടെണ്ണം ആണ് അവൻ തന്നത്. ഒരെണ്ണം വലിച്ചു തീർത്തു. മറ്റേത് മുറിയിൽ ഒളിപ്പിച്ചു വച്ചിരിക്കുകയാണ്.

വിരൽ നീട്ടിയാൽ അറ്റ് പോകും പോലെ മഴ വെള്ളം. പേടിപ്പിക്കുന്ന ഇടി മുഴക്കവും മിന്നലും. ഇതിന് ഒരു അവസാനം ഇല്ലേ, പേടിയോടെ അയാൾ എഴുന്നേറ്റു.

ദൈവമേ ഡാം എങ്ങാനും പൊട്ടുമോ? നാരായണൻ വീടിനു അകത്തേക്ക് ഓടിക്കയറി ഉറക്കെ വിളിച്ചു.

'എടാ കൃഷ്ണൻകുട്ടി, ശേഖരാ, വേഗം എഴുന്നേൽക്കെടാ'

അച്ഛന്റെ വിളിയും ഒച്ചപ്പാടും കേട്ട് മക്കൾ എല്ലാം ചാടി എഴുന്നേറ്റു എല്ലാ മുറികളിലും ലൈറ്റ് തെളിഞ്ഞു. ഉറക്കച്ചടവോടെ എല്ലാവരും ഓടി വന്നു

'എന്താ അച്ഛാ എന്തു പറ്റി,' മക്കൾ ഒന്നിച്ചു ചോദിച്ചു,,

'എടാ ഡാം പൊട്ടുമെന്ന്.'

'ആരു പറഞ്ഞു.?' ഞെട്ടലോടെ ഇളയ മകൻ ചോദിച്ചു.

'കാലൻ, കാലൻ പറഞ്ഞു.'

'അച്ഛനെന്താ വട്ടായോ?'

'വട്ടു നിന്റെ അപ്പന്, അത് മാത്രമല്ല നിന്റെ അമ്മയുടെ കാണാതെ പോയ അഞ്ചു പവന്റെ മാല ഇല്ലേ അത് ഞങ്ങളുടെ മുറിയിലെ ഫോട്ടോയുടെ പുറകിൽ ഉണ്ടെന്നു പറഞ്ഞു.'

കേട്ട പാതി കേൾക്കാത്ത പാതി മക്കൾ അങ്ങോട്ട് പാഞ്ഞു. ഫോട്ടോയുടെ പുറകിൽനിന്നും മാല എടുത്ത മകൻ ഞെട്ടി.

'അതെ ഇത് അത് തന്നെ അമ്മയുടെ മാല.' അവന്റെ നെഞ്ചിൽ ഒരു വിങ്ങൽ ഉടക്കി.

ബാക്കി ഉള്ളവരും സ്തംഭിച്ചുനിൽപ്പാണ്.കാലൻ പറഞ്ഞു എന്നത് അവർക്ക് അത്ര ദഹിച്ചില്ല എങ്കിലും അച്ഛനെ കുറ്റപ്പെടുത്തിയതും അപമാനിച്ചതുമോർത്തു അവർക്കു വിഷമം തോന്നി.

മാലയുമായി എല്ലാവരും മുറിക്കു പുറത്തിറങ്ങിയപ്പോൾ ഇതൊന്നും തന്നെ ബാധിക്കുന്ന കാര്യമേ അല്ല എന്ന മട്ടിൽ രാവിലെ കിട്ടിയ രണ്ടു ബീഡികളിൽ ഒന്ന് ഒളിപ്പിച്ചുവച്ചത് എവിടെയാണെന്ന് ഓർമ കിട്ടാതെ നാരായണൻ തപ്പി നോക്കി കൊണ്ടിരുന്നു.

അരവിന്ദന്റെ കുടുംബം

അരവിന്ദൻ ആ കുഞ്ഞിന്റെ മുഖത്തേക്ക് തന്നെ നോക്കി, ആദ്യമായി ട്രെയിനിൽ കയറിയതിന്റെ അമ്പരപ്പിൽ ആണ് അവൾ. അവളുടെ അമ്മയാകട്ടെ ആരെങ്കിലും കാണുന്നുണ്ടോ എന്ന ഭയത്തോടെ, പതറിയ നോട്ടത്തോടെ ഒതുങ്ങി ഇരിക്കുന്നു. ട്രെയിൻ ചലിച്ചു തുടങ്ങിയതും ഒരാശ്വാസനെടുവീർപ്പ് ആ മുഖത്ത് കണ്ടു.

ചുമന്നിരുന്ന ഭാരവും അനുഭവിച്ചിരുന്ന ദുഃഖങ്ങളും വേദനകളും എല്ലാം പുറകിൽ ഉപേക്ഷിച്ചതിന്റെ ഒരു ആശ്വാസം. അരവിന്ദൻ വീണ്ടും കുഞ്ഞിനെ നോക്കി.

പുറകോട്ട് ഓടുന്ന മരങ്ങളും വീടുകളും അത്ഭുത കാഴ്ചയായി നോക്കി നിൽക്കുന്നു അവൾ. ഇനിമുതൽ ഈ കുഞ്ഞിന്റെ അച്ഛൻ താൻ ആണല്ലോ എന്ന് ഓർത്തപ്പോൾ അയാളുടെ മനസ്സിലൊരു സന്തോഷം തിരയടിച്ചുയർന്നു. അവളുടെ കുഞ്ഞി കണ്ണുകളും നിഷ്കളങ്കമായ ചിരിയും അയാൾക്ക് അത്രമേൽ ഇഷ്ടം ആയിരുന്നു.

ചായ, കാപ്പി എന്ന വിളിയാണ് അയാളെ ചിന്തയിൽ നിന്നു ഉണർത്തിയത്. അവളും കുഞ്ഞും ഒന്നും കഴിച്ചിട്ടുണ്ടാവില്ല എന്ന് അപ്പോളാണ് അയാൾ ഓർത്തത്.

അയാൾ ഭക്ഷണം വാങ്ങി അവൾക്കു കൊടുത്തിട്ട് കുഞ്ഞിനെ എടുത്തു മടിയിൽ ഇരുത്തി ഭക്ഷണം കൊടുത്തു.

ചിലപ്പോൾ കുഞ്ഞ് വാ പൊളിക്കുമ്പോൾ അയാൾ കൈവലിക്കും. അപ്പോൾ അവൾ അമ്മയെയും അയാളെയും മാറി മാറി നോക്കി ചിരിക്കും. അതൊക്കെ കണ്ട് അയാളുടെ മനസ് ആനന്ദം കൊണ്ട് തുടി കൊട്ടി.

ഓഫീസിൽ എല്ലാവരും കുടുംബത്തെ കുറിച്ചു ചോദിക്കുമ്പോൾ നാട്ടിൽ ആണ് എന്ന് പറഞ്ഞു ഒഴിഞ്ഞു മാറുകയാണ് പതിവ്. ഇത്തവണയും നാട്ടിലേക്കു പോരുമ്പോൾ എല്ലാവരും പറഞ്ഞു തിരിച്ചു വരുമ്പോൾ കുടുംബത്തെ കൊണ്ടുവരണം എന്ന്. എനിക്കും ഒരു കുടുംബം ഉണ്ടായി എന്ന് അരവിന്ദന് ഉറക്കെ വിളിച്ചു പറയണം എന്ന് തോന്നി.

എത്ര പെട്ടെന്നാണ് മനുഷ്യരുടെ ജീവിതത്തിൽ മാറ്റങ്ങൾ സംഭവിക്കുന്നത്. അയാൾ അതിശയത്തോടെ ഓർത്തു. ആരോഗ്യം ഉള്ള ശരീര

വും സ്നേഹിക്കാനുള്ള മനസും ഉണ്ടായിട്ടും അയാളുടെ കല്യാണം നടന്നില്ല. ഗവണ്മെന്റ് ജോലി പോയിട്ട് നാലുപേരോട് പറയാൻ കൊള്ളാവുന്ന ഒരു ജോലി പോലും അയാൾക്ക് ഉണ്ടായിരുന്നില്ല. മാത്രവുമല്ല ഉണ്ടായിരുന്ന വീട് സഹോദരിയുടെ വിവാഹ സമയത്ത് അച്ഛൻ അവളുടെ പേർക്ക് എഴുതി വച്ചു. അച്ഛൻ മരിച്ചതോടെ പെങ്ങളും അളിയനും വീട്ടിൽ താമസമാക്കി. അതോടെ അമ്മയ്ക്കും അയാൾക്കുമിടയിൽ ഒരു വേലിയുടെ തടസ്സം ഉണ്ടായ പോലെ.

അമ്മയ്ക്ക് എന്നും മകനെക്കുറിച്ചു വേവലാതി ആയിരുന്നു. നല്ല ജോലി ഇല്ല. കല്യാണം നടന്നില്ല. പ്രായം കടന്നു പോകും തോറും അയാൾക്കും ആശങ്കയായി. ഒരു കുടുംബം വേണം എന്ന് അയാൾ അതിയായി ആഗ്രഹിച്ചിരുന്നു.

പിന്നീട് ആഗ്രഹങ്ങൾ എല്ലാം ഒഴിവാക്കി ജീവിച്ചു തുടങ്ങിയപ്പോൾ ആണ് നല്ലൊരു ജോലിക്കുള്ള അവസരം അയാളെ തേടി വന്നത്. മകൻ അന്യനാട്ടിൽ ജോലിക്ക് പോകുന്നതിൽ വിഷമം ഉണ്ടെങ്കിലും സാഹചര്യം ഓർത്തു അമ്മ നിശബ്ദയായി. പിന്നീട് മകന്റെ ഉയർച്ചയിൽ സന്തോഷിച്ചെങ്കിലും നര കയറുന്ന മകന്റെ തലയിൽ നോക്കി അവനെ കാണുമ്പോളൊക്കെ അവർ നെടുവീർപ്പിട്ടു.

ഒരിക്കൽ ജയന്റെ കല്യാണം ആണെന്ന് അമ്മ പറഞ്ഞപ്പോൾ അരവിന്ദൻ അത്ഭുതപ്പെട്ടു. അരവിന്ദന്റെ സഹപാഠി ആണ് ജയൻ. അയൽവാസിയും. ഒരു പണിക്കും പോകാതെ കുടിച്ചു മറിഞ്ഞു നടക്കുന്ന അവനുപോലും പെണ്ണ് കിട്ടി. അതും സുന്ദരിയായ സൽസ്വഭാവം ഉള്ള പെണ്ണ്. അതെങ്ങനെ സംഭവിച്ചു എന്ന ആകാംക്ഷ അടക്കാനാവാതെ പെങ്ങൾ സിഐഡി പണി നടത്തി ആ കല്യാണം എങ്ങനെ നടന്നു എന്ന് കണ്ടുപിടിച്ചു.

അച്ഛനും അമ്മയും മരിച്ചുപോയ പെൺകുട്ടിയെ ഭാരം ഒഴിവാക്കാൻ സഹോദരന്മാർ അവരുടെ ഭാര്യമാരുമായി ചേർന്ന് സ്ത്രീധനം കൊടുക്കാതെ നടത്തിയ കല്യാണം ആണത്രേ. അവരുടെ തീരുമാനം കൊണ്ടാണ് ആ പാവം പെണ്ണ് ഈ തീച്ചൂളയിലേക്ക് വന്നു വീണത്. വന്നനാൾ മുതൽ അവൾ ഇടി കൊള്ളുന്നതാണ്. പിന്നെപ്പിന്നെ പണി എടുത്തു ഭർത്താവിനെയും അയാളുടെ മാതാ പിതാക്കളെയും പോറ്റേണ്ടതും അവളുടെ ഉത്തരവാദിത്വമായി. കുഞ്ഞുണ്ടായിക്കഴിഞ്ഞപ്പോൾ അതിന്റെ ഉത്തരവാദിത്തം കൂടി അവൾക്കായി.

പണി എടുത്തു കിട്ടുന്നതിൽ പകുതിയും കള്ള് കുടിക്കാൻ കൊടുക്കണം. കുടിച്ചു വന്നാലോ എന്നും അടിയും പിടിയും വഴക്കും, ദേഹോ

പദ്രവം വേറെയും.

ഇടയ്ക്കു വരുമ്പോൾ അരവിന്ദൻ അവളെ കാണാറുണ്ട്. വിഷാദം നിറഞ്ഞ ചെറിയ ചിരിയോടെ അവൾ നടന്നു പോകും. കുഞ്ഞ് അയാളെ കാണുമ്പോൾ കൗതുകത്തോടെ നോക്കും.

ഇത്തവണ നാട്ടിൽ വന്നപ്പോളാണ് അറിഞ്ഞത് ജയനെ പോലീസ് അറസ്റ്റ് ചെയ്തെന്നും ജയൻ പോലീസ് സ്റ്റേഷനിൽ തൂങ്ങി മരിച്ചു എന്നും.

മരിച്ചതാണോ പോലീസുകാർക്ക് കൈയബദ്ധം പറ്റിയതാണോ എന്ന് അറിയില്ല. അറസ്റ്റ് ചെയ്തതിന്റെ കാരണവും അമ്മയാണ് പറഞ്ഞത്, ജയൻ അവന്റെ പെണ്ണിനെ തല്ലി ചതച്ചു കൊല്ലാറാക്കി, കൈ തല്ലി ഒാടിച്ചു പ്ലാസ്റ്റർ ഇട്ടിരിക്കുകയാണെന്നും അവളും കുഞ്ഞും ഹോസ്പിറ്റലിൽ ആണെന്നും.

അത് കേട്ടപ്പോൾ വല്ലാത്ത വിഷമം തോന്നി. തന്നെ നോക്കി പുഞ്ചിരിക്കുന്ന ആ കുഞ്ഞു മുഖം അരവിന്ദന്റെ ഉറക്കം കെടുത്തി.

രാവിലെ തന്നെ ഹോസ്പിറ്റലിൽ ചെന്ന് അന്വേഷിച്ചു അവരെ കണ്ടു പിടിച്ചു. വാർഡിൽ നിരത്തിയിട്ട കട്ടിലുകളിൽ ഒന്നിൽ അവളും കുഞ്ഞും.

പ്രതീക്ഷിക്കാത്ത അതിഥി ആയതിനാലാവും അത്ഭുതത്തോടെ ആണ് അവർ തന്നെ നോക്കിയത്. പിന്നെ ആ കണ്ണുകൾ നിറഞ്ഞു ഒഴുകി. അമ്മ തന്നു വിട്ടതാണെന്നു പറഞ്ഞു കുറച്ചു പൈസ അവളെ പിടിച്ചേൽപ്പിച്ചു. അവൾക്കും കുഞ്ഞിനും ആഹാരം വാങ്ങി കൊടുത്തു.

പിന്നെ എല്ലാ ദിവസവും കാണാൻ ചെന്നു. ആഹാരം വാങ്ങി കൊടുക്കും. കുഞ്ഞിന് ചോക്ലേറ്റും കളിപ്പാട്ടവും മറ്റും വാങ്ങി കൊടുത്തു.

സാർ എന്തിനാണ് ഞങ്ങൾക്ക് വേണ്ടി ഇങ്ങനെ ബുദ്ധിമുട്ടുന്നത് എന്ന അവളുടെ ചോദ്യത്തെ അവഗണിച്ചു. അയാൾ കുഞ്ഞിനെ കുറെ നേരം എടുത്തുകൊണ്ടു നടക്കും. അവളുടെ കൂടെ കളിക്കും. പിന്നെ പിന്നെ കുഞ്ഞ് എന്നും അയാളുടെ വരവിനായി കാത്തിരിക്കും. അയാളെ കാണുമ്പോൾ ആഹ്ലാദത്തോടെ ഓടിച്ചെന്നു കെട്ടിപ്പിടിക്കും.

ഇന്നലെ ആണ് പെട്ടെന്ന് തിരിച്ചു ചെല്ലാൻ ഓഫീസിൽ നിന്നും അയാൾക്ക് അറിയിപ്പ് കിട്ടിയത്.

രാവിലെ തന്നെ അയാൾ ഹോസ്പിറ്റലിൽ എത്തി എങ്കിലും അവൾ ഡിസ്ചാർജ് ആയി പോയി എന്നറിഞ്ഞു അയാൾ സ്തംഭിച്ച് നിന്നു പോയി. എവിടെ പോയി അന്വേഷിക്കും. അവൾ ഇല്ലാതെ ആ കുഞ്ഞിനെ കാണാതെ തനിക്കിനി ജീവിക്കാൻ കഴിയില്ല എന്ന് അയാൾക്ക് തോന്നി. അവരെ തിരഞ്ഞു നടക്കാനുള്ള സമയവും ഇല്ല. ഉച്ച കഴിഞ്ഞുള്ള ട്രെയിനിൽ അയാൾക്ക് തിരിച്ചു പോകണം.

അടുത്ത ദിവസം ജോലിക്ക് ഹാജരാകണം. അവർ എങ്ങോട്ടാണ് പോയത്. വീടിന്റെ പരിസരത്ത് പോയി നോക്കാം എന്നോർത്ത് അയാൾ ഓട്ടോയിൽ കയറി. വീടിനു അടുത്ത് എത്താറായപ്പോൾ അയാൾ കണ്ടു. ബാഗും തൂക്കി കുഞ്ഞുമായി നടന്നു വരുന്ന അവളെ. അയാൾക്ക് ആശ്വാസമായി. വണ്ടി നിർത്തിച്ചു അയാൾ അവൾക്കു അരികിലെത്തി.

ഞാൻ ആശുപത്രിയിൽ പോയിരുന്നു.

അയാൾ അവളോട് പറഞ്ഞു. ഇന്ന് ഡിസ്ചാർജ് ചെയ്തു. വീട്ടിൽ പോയി. അവർ അവിടെ കയറ്റിയില്ല മകൻ മരിച്ചത് ഞാൻ കാരണം ആണത്രേ. അവൾ കരഞ്ഞു.

'ഇപ്പോൾ എങ്ങോട്ടാണ് പോകുന്നത്.' അയാൾ ചോദിച്ചു.

'അറിയില്ല പോകാൻ സ്ഥലം ഒന്നുമില്ല. എങ്ങോട്ടേലും പോകണം.' അവൾ വീണ്ടും കരഞ്ഞു.

'എന്റെ കൂടെ പോരുന്നോ?'

അവൾ അവിശ്വസനീയതയോടെ അയാളെ നോക്കി.

അയാൾ കുഞ്ഞിനെ എടുത്തു അവളോട് വണ്ടിയിൽ കയറാൻ പറഞ്ഞു. ഡ്രൈവറോട് റെയിൽവേ സ്റ്റേഷനിലേക്ക് വിടാനും.

ട്രയിൻ ഏതോ സ്റ്റേഷനിൽ നിർത്തിയിരിക്കുന്നു.

'കൈയ്ക്കു വേദന ഉണ്ടോ? അയാൾ അവളോട് ചോദിച്ചു.

'ഇല്ല, ഇപ്പോൾ വേദന ഇല്ല.' അവൾ പറഞ്ഞു.

ഇവിടെ അടുത്ത് വന്നു ഇരുന്നോളു. തൊട്ടടുത്തു ആളൊഴിഞ്ഞ സീറ്റിലേക്കു നോക്കി അയാൾ പറഞ്ഞു.

അവൾ പതുക്കെ എഴുന്നേറ്റു വന്നു അയാൾക്ക് അരികിൽ ഇരുന്നു. അയാൾ കൈ കൊണ്ട് അവളെ തന്നിലേക്ക് ചേർത്തിരുത്തി. അവൾ പതുക്കെ അയാളുടെ തോളിലേക്ക് തല ചായ്ച്ചു. മടിയിൽ ഇരുന്ന കുഞ്ഞ് മുൻപൊരിക്കലും അനുഭവിച്ചിട്ടില്ലാത്ത സുരക്ഷിതത്വത്തോടെ അയാളുടെ നെഞ്ചിലേക്ക് ചേർന്നിരുന്നു ഉറക്കത്തിലേക്കു വഴുതി വീണു.

അരവിന്ദനാകട്ടെ മുൻപെങ്ങും ഉണ്ടായിട്ടില്ലാത്ത സന്തോഷത്തോടെ കുടുംബത്തോടൊപ്പം അയാളുടെ ജോലി സ്ഥലത്തേക്ക് യാത്ര ചെയ്തു.

മന്ഥര

രാവിലെ മോനും മരുമകളും ഓഫീസിലേക്കും കുട്ടികൾ സ്കൂളിലേക്കും പോയിക്കഴിഞ്ഞു അടുക്കള ഒതുക്കി ടി . വി. യുടെ മുൻപിൽ വന്ന് ഇരുന്നതേ ഉള്ളു സൂസമ്മ.

കോളിങ്ങ് ബെൽ കേട്ട് കതകു തുറന്നതും ദാ നിൽക്കുന്നു നാത്തൂൻ സിസിലിയും ഭർത്താവു കുര്യച്ചനും.

"അയ്യോ ഇത് ആര് കയറി വാ." സൂസമ്മ വിരുന്നുകാരെ അകത്തോട്ടു ക്ഷണിച്ചു.

"ഇതെന്നാ പറ്റി ഇങ്ങോട്ട് ഒന്ന് വരാൻ." സൂസമ്മ അതിശയം പ്രകടിപ്പിച്ചു.

"അതെ ബാബുവിന് ഒരു കല്യാണം. ഇവിടെ അടുത്ത് അവന്റെ കൂട്ടുകാരന്റെയോ മറ്റോ. കല്യാണത്തിന് ഈ വഴി വരുന്നു എന്ന് അവൻ പറഞ്ഞപ്പോൾ ഞാൻ കുര്യച്ചായനോട് പറഞ്ഞു നമുക്കും കൂടെ പോകാം നാത്തൂനെ ഒന്ന് കാണാം എന്ന്. ഞങ്ങളും കാറിൽ കയറി ഇരുന്നു. അവൻ ഞങ്ങളെ ഇവിടെ വിട്ടിട്ടു പോയി. തിരിച്ചു പോകുമ്പോൾ എടുത്താൽ മതിയല്ലോ."

"അത് ഏതായാലും നന്നായി. എന്നാൽ പിന്നെ ജെസ്സിമോളെ കൂടി കൊണ്ടുവരാരുന്നില്ലേ?"

മരുമോളെ കുറിച്ചുള്ള സൂസമ്മയുടെ ചോദ്യം സിസിലിക്ക് അത്ര ഇഷ്ടപ്പെട്ടില്ല.

"ഓ പിന്നെ അവളും കൂടി വന്നാൽ വീട്ടിലെ പണി ഒക്കെ ആരു ചെയ്യും." വീട്ടിലെ പണി എടുക്കാൻ മാത്രം മകൻ ബാബു കെട്ടി കൊണ്ട് വന്നതാണ് ജെസ്സിയെ എന്നതാണ് സിസിലിയുടെ പക്ഷം.

"നാത്തൂൻ അങ്ങ് ക്ഷീണിച്ചു പോയല്ലോ" സിസിലി സൂസമ്മയെ നോക്കി പരിതപിച്ചു.

"അതെങ്ങനാ വീട്ടിലെ ജോലി മുഴുവൻ നാത്തൂൻ അല്ലെ ചെയ്യുന്നത്. മരുമകൾ ജോലി എന്നും പറഞ്ഞ് ഒരുങ്ങി കെട്ടി രാവിലെ പോകത്തില്ലയോ. പിന്നെങ്ങനാ ക്ഷീണിക്കാതിരിക്കുന്നത്. നാത്തൂനേ ഞാൻ അന്നേ പറഞ്ഞതല്ലേ അവളെ ജോലിക്ക് വിടണ്ടാ എന്ന്. ഇങ്ങനെ പോ

യാൽ നാത്തൂൻ പണി എടുത്ത് ചാവും. ഇതിന്റെ വല്ല കാര്യവും ഉണ്ടോ. നാത്തൂൻ വേണം അവളെ നിലക്ക് നിർത്താൻ. ദേ എന്നെ കണ്ടു പഠിക്ക് ജെസ്സിയുടെ വിളച്ചിൽ ഒന്നും എന്റെ അടുത്തു നടക്കില്ല. മരുമോൾ ആണെന്നൊന്നും ഞാൻ ഓർക്കില്ല. നല്ലത് പറയും. ഞാൻ ഒന്ന് നോക്കിയാലേ അവളുടെ മുട്ട് ഇടിക്കും."

ഇത് അടിമച്ചന്ത അല്ല എന്ന് പറയണം എന്ന് ഉണ്ടായിരുന്നു സൂസമ്മക്ക്. പറഞ്ഞില്ല. സിസിലിയുടെ സ്വഭാവം പണ്ടേ അറിയാം. ആളു ഇത്തിരിയേ ഉള്ളു എങ്കിലും നാക്കിനു ലൈസൻസ് ഇല്ല. നഞ്ച് എന്തിനാ നാനാഴി. തന്റെ കുടുംബത്തു വിഷം കലക്കാൻ കാളകൂടവും ആയി ഇറങ്ങിയിരിക്കുവാണ് മന്ഥര.

പണ്ട് തന്റെ കല്യാണം കഴിഞ്ഞ കാലത്തും ഇത് തന്നെ ആയിരുന്നു പണി. കെട്ടിച്ചു വിട്ട വീട്ടിൽ നിന്നും ആഴ്ചയിൽ രണ്ടു ദിവസം എങ്കിലും സ്വന്തം വീട്ടിലേക്കു ഷട്ടിൽ അടിക്കും. ഒതുക്കത്തിൽ അമ്മയുടെ അടുത്ത് തനിക്ക് എതിരെ പാര പണിഞ്ഞിട്ടു ഞാൻ ഒന്നും അറിഞ്ഞില്ലേ രാമ നാരായണാ എന്ന മട്ടിൽ ഒരു പോക്ക് പോകും . അക്കാലത്തു താൻ കുറെക്കാലം അനുഭവിച്ചതാണ്. ഇപ്പോൾ മരുമോളെയും തന്നെയും തമ്മിൽ അടിപ്പിച്ചു കുടുംബം കലക്കാൻ നോക്കുന്നു.

ആട്ടിൻ കുട്ടികളെ തമ്മിൽ അടിപ്പിച്ചു ചോര കുടിച്ച കുറുക്കന്റെ കഥ ഓർമ വന്നു സൂസമ്മക്ക്. വിദ്യാഭ്യാസം ഉള്ള, ജോലി ഉള്ള പെണ്ണ് വേണം മകന് എന്നായിരുന്നു ആഗ്രഹം. അതുപോലെ തന്നെ നടന്നു. അവൾക്ക് ജോലിയും, സൗന്ദര്യവും സ്വഭാവഗുണവും ഉണ്ട്. പട്ടുപോലത്തെ സ്വഭാവം. രാവിലെ തന്റെ കൂടെ എഴുന്നേൽക്കും. കൂടെ നിന്ന് എല്ലാ ജോലിയും ചെയ്യും. തന്റെ കാര്യങ്ങൾ ഭംഗി ആയി നോക്കും. മമ്മി എന്നും വീട്ടിൽ തന്നെ അല്ലെ എന്നും പറഞ്ഞു അവധി ദിവസങ്ങളിൽ പാർക്കിലും, ബീച്ചിലും, സിനിമക്കും ഒക്കെ കൊണ്ടുപോകും. ഓഫീസിൽ നടക്കുന്ന കാര്യങ്ങൾ വള്ളി പുള്ളി വിടാതെ പറഞ്ഞു കേൾപ്പിക്കും. പണ്ടൊരു പ്രണയം ഉണ്ടായിരുന്നത് പൊട്ടി പാളീസായ കഥ വരെ തന്നോട് പറഞ്ഞിട്ടുണ്ട്. സങ്കടങ്ങളും സന്തോഷങ്ങളും എല്ലാം തന്നോട് ഷെയർ ചെയ്യും. അവളുടെ വീട്ടിലെ എല്ലാ കാര്യങ്ങളും തന്നോട് പറയും. ഇടയ്ക്കിടെ സമ്മാനങ്ങൾ വാങ്ങി തരും. വിശുദ്ധ നാടുകൾ സന്ദർശിക്കണം എന്ന തന്റെ ഉള്ളിൽ ഒളിപ്പിച്ചു വച്ചിരുന്ന ആഗ്രഹം മണത്തറിഞ്ഞു അതിന് വേണ്ടതെല്ലാം ചെയ്തു തന്നതും അവൾ ആണ്. ചിലപ്പോളൊക്കെ കൂടെ വന്നു കെട്ടിപ്പിടിച്ചു കിടക്കും ഒരു കുഞ്ഞിനെ പോലെ. അവൾക്കെതിരെ പോര് എടുക്കാൻ ആണ് പുന്നാര നാ

ത്തൂൻ പിരി കേറ്റി തരുന്നത്. മനസ്സിൽ വച്ചേക്കുകയെ ഉള്ളു ഇവിടെ ചിലവാകില്ല. സൂസമ്മ മനസ്സിൽ പറഞ്ഞു.

കൂട്ടിക്കൊണ്ട് പോകാൻ ബാബു വരുന്നത് വരെ സിസിലി സ്വന്തം മരുമകളുടെ കുറ്റങ്ങളും, സൂസമ്മ എങ്ങനെ ആണ് മരുമോളെ നിലക്ക് നിർത്തേണ്ടത് എന്ന വിഷയത്തിൽ വളരെ ആത്മാർത്ഥമായി ഒരു ക്ലാസും എടുത്തു കൊടുത്തു.

അവർ പോയിക്കഴിഞ്ഞപ്പോൾ സൂസമ്മ കുട്ടികൾക്ക് ഇഷ്ടം ഉള്ള പഴം പൊരി ഉണ്ടാക്കി അടച്ചു വച്ചു. സ്കൂൾ ബസ് നോക്കി ഗേറ്റിൽ വന്ന് നിന്നു.

രാത്രി അത്താഴത്തിന്റെ സമയത്താണ് സിസിലിയും കുര്യച്ചനും വന്ന വിവരം സൂസമ്മ പറഞ്ഞത്. കേട്ടതേ ജോബി ചോദിച്ചു "ആർക്കിട്ടു പാര വയ്ക്കാനാ മമ്മി സിസിലി അമ്മായി വന്നത്. വെറുതെ വരാൻ വഴി ഇല്ല. ഒന്നും കാണാതെ പട്ടര് കുളത്തിൽ ചാടുകേല. ഇവൾക്കിട്ട് പാര വയ്ക്കാൻ വന്നതാണോ" അവൻ ഭാര്യയെ നോക്കി.

"നീ പോടാ അവര് എന്നെ കാണാൻ വേണ്ടി മാത്രം വന്നതാ."

"ഓ ഞാൻ വിശ്വസിച്ചു. ഇന്നും ഇന്നലെയും ഒന്നും അല്ലല്ലോ ഞാൻ അമ്മായിയെ കാണാൻ തുടങ്ങിയത്. മറ്റുള്ളവർക്കിട്ടു പാര പണിയാൻ അല്ലാതെ ഒന്നിനും അമ്മായി നാക്കു പുറത്ത് എടുക്കില്ല എന്ന് എനിക്ക് അറിയാം. കുടുംബം കലക്കുന്നതിൽ റെക്കോർഡ് നേട്ടം ആണ് അമ്മായിക്ക്. ഇന്നുവരെ ആ റെക്കോർഡ് ആർക്കും ഭേദിക്കാൻ കഴിഞ്ഞിട്ടില്ല." ജോബിയുടെ തമാശ കേട്ട് എല്ലാവരും ചിരിച്ചു.

രാത്രി കിടക്കാൻ റൂമിൽ എത്തിയ ഭാര്യയെ നോക്കി ജോബി ചിരിച്ചു. "എന്താ ഒരു കള്ളചിരി ? എന്തു പറ്റി. ഇന്നിവിടെ ഇടി നാശവും വെള്ള പൊക്കവും ഒക്കെ ഉണ്ടാകേണ്ടതാ . നിന്റെ കാര്യം കട്ടപ്പൊക ആയേനെ. സിസിലി അമ്മായി അല്ലേ വന്നിട്ട് പോയത്. ഭൂകമ്പം ഉണ്ടാകാൻ വേറെ കാരണം വല്ലതും വേണോ. കുത്തി തിരിപ്പ് കണ്ടു പിടിച്ചത് തന്നെ എന്റെ അമ്മായി ആണ്. ഞാനും മമ്മിയും സമാധാന പ്രിയർ ആയത് നന്നായി. അല്ലാരുന്നേൽ കാണാരുന്നു."

"എന്തു കാണാൻ അമ്മായി അല്ല ആര് നോക്കിയാലും മമ്മിയുടെ അടുത്ത് ഒന്നും നടക്കില്ല മോനെ, അത് തനി തങ്കം ആണ്. ഇരുപത്തിനാല് കാരറ്റ്. പിന്നെ നിങ്ങൾ മാത്രം അല്ല ഞാനും സമാധാന പ്രിയ ആണ്."

"ഓഹോ അങ്ങനെ ആണോ ചുമ്മാതെ അല്ല നാട്ടുകാർ പറയുന്നത്, നമ്മുടെ വീടിനു ചുറ്റും വെള്ളപ്പൊക്കം ആണെന്ന്, സമാധാനം വഴി

ഞ്ഞ് ഒഴുകിയിട്ട്"

"അയ്യെടാ എന്തൊരു ചളി, സമാധാനത്തിന്റെ വെള്ളരി പ്രാവ് അങ്ങോട്ട് നീങ്ങി കിടക്ക്. ഞാനും കിടക്കട്ടെ. നാളെ ഡ്യൂട്ടി ഉള്ളതാണ്."

ഈ സമയം ഉറക്കത്തിലേക്ക് വീഴാൻ തുടങ്ങിയ സിസിലിയെ തോണ്ടി വിളിച്ചു കുര്യച്ചൻ ചോദിച്ചു, "അല്ല സിസിലി നീ എന്തിനാ സൂസമ്മയോട് മരുമോളുടെ കുറ്റം പറഞ്ഞത്. ആ പെണ്ണ് ഒരു പാവം അല്ലേ."

"അയ്യെടാ ഒരു പാവം. അവൾ ഒരു ഉദ്യോഗസ്ഥ വന്നിരിക്കുന്നു. അവൾക്കിട്ട് ഒരു പണി കൊടുക്കണം എന്ന് കുറെ നാൾ ആയി വിചാരിക്കുന്നു. അതുമല്ല എവിടെ ചെന്നാലും സൂസമ്മയുടെയും മരുമോളുടെയും വിശേഷങ്ങളെ കേൾക്കാൻ ഉള്ളു. അങ്ങനെ അവളിപ്പോൾ ഞെളിയണ്ട. ഇങ്ങനെ ഉണ്ടോ ഒരു അമ്മായി അമ്മയും മരുമോളും. ആ ജോബി ആണേൽ അവളെ തലേൽ വച്ചോണ്ടാ നടക്കുന്നത്. പണ്ടൊക്കെ അവന് എന്നെ എന്ത് ഇഷ്ടം ആയിരുന്നു. ഇപ്പോൾ ഒന്ന് വിളിക്കത്തുപോലും ഇല്ല. അപ്പോൾ അതാണ് കാര്യം. കാക്ക നെല്ല് തിന്നുന്നത് കോഴിക്ക് സഹിക്കുന്നില്ല. ജാത്യാ ഗുണം തൂത്താൽ മാറില്ലല്ലോ." കുര്യച്ചൻ ആത്മാഗതം ചെയ്തു.

"വല്ലതും പറഞ്ഞാരുന്നോ?"

"ഓ ഒന്നുമില്ല, നീ പറഞ്ഞത് ശരിയാന്ന് പറയുവാരുന്നു."

ഉള്ള കഞ്ഞിയിൽ എന്തിനു പാറ്റ ഇടണം. മിണ്ടാതെ ഇരിക്കുന്നതാണ് ബുദ്ധി. ഇതൊന്നും നന്നാകുന്ന കേസ് അല്ല എന്ന് പണ്ടേ മനസ്സിലായതാണ്. കുര്യച്ചൻ പുതപ്പു എടുത്ത് തലവഴി മൂടി, ഉറക്കം നടിച്ചു കിടന്നു.

ഇത്തിൾക്കണ്ണി

ഞായറാഴ്ച രാവിലെ തെങ്ങിന് തടം എടുത്തുകൊണ്ടു നിൽക്കുകയാണ് തോമസ്കുട്ടി. ആകെ കിട്ടുന്ന ഒരു അവധി ദിവസം ആണ്. പറഞ്ഞിട്ട് കാര്യം ഇല്ല, മാസാവസാനം എണ്ണിച്ചുട്ട അപ്പം പോലെ കയ്യിൽ കിട്ടുന്ന സാലറിയും പറമ്പിൽ നിന്നു കിട്ടുന്ന ആദായവും കൊണ്ടാണ് തട്ടി മുട്ടി കഴിഞ്ഞു കൂടുന്നത്. അതുകൊണ്ട് അവധി ദിവസങ്ങളിൽ എല്ലാം പറമ്പിലെ പണികൾ ചെയ്യും.

പറമ്പിനു താഴെ കയ്യാലയോട് ചേർന്ന് ബൈക്ക് വന്നു നിൽക്കുന്നതു കണ്ടു നോക്കിയ തോമസുകുട്ടി ആളെ കണ്ടു ഞെട്ടി. 'മഹേഷ്'.

രാവിലെ കിടക്കപ്പായയിൽ നിന്നു എഴുന്നേറ്റപ്പോളെ എന്തോ ഒരു ആപത്തു വരാൻ പോകുന്നപോലെ ഒരു തോന്നൽ ഉണ്ടായിരുന്നു അത് ഇതായിരുന്നോ? ആപത്തു ബൈക്കിൽ കയറിവരുന്നതു കണ്ടു തോമസ്കുട്ടി വീട്ടിലോട്ടു നോക്കി.

രാവിലെ ബ്രേക്ക് ഫാസ്റ്റിനു അമ്മച്ചി കപ്പ നുറുക്കുന്നത് കണ്ടിട്ടാണ് വീട്ടിൽ നിന്നും ഇറങ്ങിയത്. ഇവനെയെങ്ങാനും കണ്ടാൽ കപ്പയുടെ കൂടെ കൊത്തി നുറുക്കി കപ്പ ബിരിയാണി ആക്കി കളയും അമ്മച്ചി. അത്രക്കുണ്ട് അമ്മച്ചിക്ക് ഇവനോടുള്ള ദേഷ്യം, പണ്ടൊക്കെ തന്റെ കൂടെ പഠിച്ചിരുന്ന കാലത്തു അമ്മച്ചിക്ക് ഇവനെ വലിയ ഇഷ്ടം ആയിരുന്നു. നാട്ടിലെ അറിയപ്പെടുന്ന കുടുംബത്തിലെ പയ്യൻ, സമൂഹത്തിൽ നിലയും വിലയും ഉള്ള അപ്പനും അമ്മയും. നന്നായി അധ്വാനിച്ചു പണം ഉണ്ടാക്കുന്ന രണ്ടു ചേട്ടൻമാർ ഇവനും അവരുടെ പാത പിന്തുടരും എന്നു അമ്മച്ചി തെറ്റിദ്ധരിച്ചു,

കഷ്ടിച്ചു ഒരു ഡിഗ്രി ഒപ്പിച്ചു അപ്പന്റെമേൽ നിർബന്ധം ചെലുത്തി വാങ്ങിച്ച ബൈക്കിൽ ചേട്ടന്മാരുടെ ചിലവിൽ നല്ല ഡ്രസ്സ് ഒക്കെ ഇട്ടു അവൻ വെറുതെ കറങ്ങി നടന്നു, ഉണ്ടും ഉറങ്ങിയും സമയം കളഞ്ഞു. അപ്പനും അമ്മയും വാ തോരാതെ അവനെ വളർത്താനും പഠിപ്പിക്കാനും കഷ്ടപ്പെട്ടതിനെക്കുറിച്ചും അവനെ കുറിച്ചുള്ള പ്രതീക്ഷകളെക്കുറിച്ചും പറഞ്ഞുകൊണ്ടേ ഇരുന്നു. ആരു കേൾക്കാൻ, ഞാൻ നിങ്ങളെ ശല്യം ചെയ്യാൻ വരുന്നില്ലല്ലോ? പിന്നെന്തിനാ എന്നെ ശല്യം ചെയ്യുന്നത്

എന്നെ ജോലിക്ക് വിടണം എന്നു നിങ്ങൾക്ക് എന്താ ഇത്ര നിർബന്ധം? നിങ്ങൾ പൈസ ഉണ്ടാക്കുന്നുണ്ടല്ലോ അതിൽ കുറച്ചു എനിക്ക് തന്നാൽ പോരെ? ഇതാണ് അവന്റെ നയം. പോത്തു പോലെ വളർന്നിട്ടും അപ്പനെയും ചേട്ടന്മാരെയും ഊറ്റി ജീവിക്കാൻ ഒരു ഉളുപ്പുമില്ലാത്തവൻ. വളർത്തിയ മാതാ പിതാക്കൾക്ക് വേണ്ടി ഒരു ദിവസം പോലും ജീവിക്കാത്തവൻ ഒരു കാര്യത്തിൽ ഉത്തരവാദിത്വം കാണിച്ചു. ഒരു പെണ്ണിനെ വളക്കുന്ന കാര്യത്തിൽ.

പെൺവീട്ടുകാർ തിരക്കിയപ്പോൾ ചെറുക്കന് ദുസ്വഭാവം ഒന്നും ഇല്ല. നല്ല കുടുംബം. ജോലി ഇല്ല എന്നത് പെണ്ണിന്റെ അച്ഛൻ ഒരു കുറവായി പറഞ്ഞപ്പോൾ വീട്ടിൽ സ്വത്തു ഉണ്ടല്ലോ. പിന്നെ ചേട്ടന്മാരുടെ കൂടെ അവരുടെ ബിസ്സിനസ്സ് നോക്കി നടത്തിക്കോളും എന്നുപറഞ്ഞു പെൺകുട്ടി അവനു വേണ്ടി വാദിച്ചു. വരാനുള്ളത് വഴിയിൽ തങ്ങില്ല എന്നു അധികം താമസിയാതെ അവൾക്കു മനസ്സിലായി. വിധിയെ തടുക്കാൻ വില്ലേജ് ഓഫീസർക്കും കഴിയില്ലല്ലോ. കല്യാണം കഴിഞ്ഞാൽ എങ്കിലും ഇവൻ നന്നാകും എന്നു വീട്ടുകാരും കരുതി.

വലിയ പെരുന്നാൾ വന്നിട്ട് വാപ്പ പള്ളിയിൽ പോയിട്ടില്ല പിന്നല്ലേ എന്ന മട്ടിൽ അവനും. പഴയപടി തന്നെ. അവനു മാത്രമല്ല ഭാര്യക്കും വീട്ടുകാർ ചിലവിനു കൊടുക്കേണ്ടി വന്നു എന്നൊരു വ്യത്യാസം മാത്രം, സഹികെട്ടപ്പോളാണ് അവന്റെ അച്ഛൻ കയ്യിൽ ഉണ്ടായിരുന്നതും കടം വാങ്ങിയതും എല്ലാം ചേർത്തു ഒരു ബിസ്സിനസ്സ് തുടങ്ങി കൊടുത്തത്. കുരങ്ങിന്റെ കയ്യിൽ പൂമാല കൊടുത്തപോലെ ആയി അത്. വീണ്ടും പഴയപടി ഊറ്റൽ തുടങ്ങിയപ്പോൾ ചേട്ടത്തിമാർ അരയും തലയും മുറുക്കി രംഗത്ത് ഇറങ്ങി. അങ്ങനെ തങ്ങളുടെ ഭർത്താക്കന്മാർ കഷ്ടപ്പെടുന്നതു കൊണ്ട് ഓസിൽ ജീവിക്കാം എന്നു കരുതണ്ട എന്നു അവർ ഉറക്കെ പ്രഖ്യാപിച്ചു. ഇനി ഒരു നയാ പൈസപോലും തരില്ല എന്നു ചേട്ടന്മാർ തീർത്തു പറഞ്ഞു.

താൻ വളരെ കഷ്ടപ്പെട്ടു പടുത്തുയർത്തിക്കൊണ്ട് വന്ന കുടുംബത്തിലെ സമാധാനം നഷ്ടപ്പെടുന്നത് കണ്ടപ്പോൾ മഹേഷിന്റെ അച്ഛൻ ചില തീരുമാനങ്ങൾ എടുത്തു. അദ്ദേഹം മഹേഷിനോട് പറഞ്ഞു, ഞാൻ അധ്വാനിച്ചുണ്ടാക്കിയ പണം കൊണ്ടാണ് നിങ്ങളെ വളർത്തിയതും പഠിപ്പിച്ചതും രണ്ടു പെൺമക്കളെ കെട്ടിച്ചു വിട്ടതും. വീട് പൊളിച്ചു പണിതതും അതിനു ചുറ്റുമുള്ള സ്ഥലം വാങ്ങിയതും നിന്റെ ചേട്ടന്മാരും. അതിൽ നിനക്ക് ഒരു അവകാശവും ഇല്ല. നിനക്ക് തരാനുള്ളത് നിനക്ക് ബിസ്സിനസ്സ് തുടങ്ങാൻ ഞാൻ ചിലവാക്കി. ഇനി ഒന്നും തരാൻ പറ്റില്ല.

നിനക്കുവേണ്ടി ഞാൻ ഒരു വാടക വീട് എടുത്തിട്ടുണ്ട് ഉടനെ നിങ്ങൾ അങ്ങോട്ട് മാറണം.

സെക്യൂരിറ്റിയും മൂന്നു മാസത്തെ വാടകയും കൊടുത്തിട്ടുണ്ട്. പിന്നെ നിന്റെ ഭാര്യക്ക് ഒരു ജോലിയും ശരിയാക്കിയിട്ടുണ്ട്. നീയും കൂടി ഒരു ജോലിക്ക് പോയാൽ നിങ്ങൾക്ക് സുഖമായി ജീവിക്കാം. ഇതോടെ എങ്കിലും മകൻ നന്നാവും എന്നു ആ പാവം അച്ഛൻ കരുതി.

പാലം കുലുങ്ങിയിട്ടും കേളൻ കുലുങ്ങിയില്ല , പുതിയ വീട്ടിൽ അവന്റെ ദിവസങ്ങൾ അവൻ ഉണ്ടും ഉറങ്ങിയും ടി.വി. കണ്ടും തീർത്തു. എപ്പോൾ നോക്കിയാലും ഉറക്കം. സമയത്തു കഴിക്കാൻ വല്ലതും കിട്ടണം. ഭാര്യ രാവിലെ എഴുന്നേറ്റു വീട്ടു പണി എല്ലാം തീർത്തു ജോലിക്ക് പോകും വൈകിട്ട് വരുമ്പോൾ വീട്ടിലേക്കു ഉള്ളത് ഒക്കെ വാങ്ങി വരും. ദിവസവും കഴിച്ച പാത്രം പോലും കഴുകി വയ്ക്കാതെ കിടന്നുറങ്ങുന്ന ഭർത്താവിനെ കണ്ടു സഹികെട്ടു പാവം പെണ്ണ് കണ്ണുനീരുമായി അമ്മായി അമ്മയുടെ മുൻപിൽ എത്തി. ഒരു പെണ്ണിന് അല്ലേ വേറൊരു പെണ്ണിനെ ശരിക്കും മനസ്സിലാക്കാൻ പറ്റു. അമ്മ അവൾക്കു നല്ല ഒരു ഉപദേശം കൊടുത്തു അവൾ അത് ശിരസ്സാ വഹിച്ചു. ഇപ്പോൾ ആണെങ്കിൽ മോളെ നിനക്ക് രക്ഷപ്പെടാം. ഒരു കുഞ്ഞൊക്കെ ആയാൽ ജീവിത കാലം മുഴുവൻ നീ ഇവനെ സഹിക്കേണ്ടി വരും ഇവൻ നന്നാകും എന്നു പെറ്റ തള്ള ആയ എനിക്ക് പോലും പ്രതീക്ഷ ഇല്ല പിന്നെ നീ എന്തിനാ ജീവിതം കളയുന്നത്, നിനക്ക് ഒരു ജോലി ഉണ്ടല്ലോ ആരെയും ആശ്രയിക്കാതെ ജീവിച്ച് കൂടെ. ബുദ്ധി ഉള്ളവൾ ആയിരുന്നത് കൊണ്ടു കേപാതി കേൾക്കാത്ത പാതി ഈ കുരിശ് ഒഴിവാക്കി അവൾ ജീവനും കൊണ്ടു സ്ഥലം വിട്ടു.

ഇപ്പോൾ ഇങ്ങോട്ടുള്ള ഈ വരവിന്റെ ഉദ്ദേശ്യം എന്താണാവോ?

“എന്താടാ പതിവില്ലാതെ ഈ വഴിക്ക്?” തോമസുകുട്ടി കൂട്ടുകാരനോട് കുശാലാനേഷണം നടത്തി.

“വെറുതെ, പ്രത്യേകിച്ചു ഒന്നുമില്ലെടാ.”

“അത് വെറുതെ ഒരു കാര്യവും ഇല്ലാതെ നീ മെനക്കെട്ടു വരില്ലെന്ന് എനിക്കറിയാം, നിന്റെ ഭാര്യയുടെ വിവരം എന്തുണ്ട്?”

“ഭാര്യ, അവള് വിചാരിച്ചു ഞാൻ അവളുടെ കാല് പിടിക്കാൻ ചെല്ലുമെന്നു ആർക്കുവേണം അവളെ അഹങ്കാരി. ഭർത്താവാണ് എന്നൊരു ബഹുമാനം തരണ്ടേ? ഞാൻ ജോലിക്ക് പോകുന്നില്ലാന്നു ഏതു നേരവും പരാതി? മടുത്തു പോയി അളിയാ പുല്ലുപോലെ ഞാൻ ഡിവോഴ്സ് കൊടുത്തു.”

കയ്യിലിരിക്കുന്ന തൂമ്പ കൊണ്ട് ഇവന്റെ തല അടിച്ചു പൊളിച്ചാലോ ഒരു നിമിഷം തോമസ്കുട്ടി ചിന്തിച്ചു,

ഇപ്പോൾ പ്രശ്നം എന്താന്ന് വച്ചാൽ വാടക കൊടുക്കാത്തതുകൊണ്ട് താമസിയാതെ വീട്ടുടമസ്ഥൻ ഇറക്കി വിടും. പിന്നെ ചിലവും നടക്കണ്ടേ? അതൊരു പ്രശ്നം ആണ്.

ദൈവമേ കാശ് ആണോ ഇവന്റെ ഉദ്ദേശ്യം. ഇവന് കടം കൊടുത്താൽ പള്ളിക്കാട്ടിലേക്കു മയ്യത്തു കൊണ്ടുപോകും പോലെ ആണ്. അങ്ങോട്ടെ ഉള്ളു. തിരിച്ചു ഇങ്ങോട്ട് ഇല്ല..

നിനക്ക് നിന്റെ വീട്ടിലേക്കു തിരിച്ചു ചെല്ലാമായിരുന്നില്ലേ?

ശ്രമിച്ചതാ നടന്നില്ലെടാ. അവർക്കൊന്നും എന്നോട് ഒരു സ്നേഹവും ഇല്ലെടാ.

മകന്റെ ഭാവി ഓർത്തു തന്റെ മുൻപിൽ നിന്നു കരഞ്ഞ അവന്റെ അച്ഛന്റെ മുഖം ഓർത്തപ്പോൾ രോഷം അടക്കാനാവാതെ തോമസ്കുട്ടി തെങ്ങിൻ മുകളിലേക്കു നോക്കി. കർത്താവെ ഒരു ഉണക്കത്തേങ്ങ പോലും ഇല്ലേ ഇവന്റെ തലേൽ വന്നു വീഴാൻ.

ഞാൻ ഇപ്പോൾ വന്നത് എന്താ എന്നു വച്ചാൽ പത്രത്തിൽ ഒരു പരസ്യം കണ്ടു കഴിഞ്ഞ ദിവസം

ഇവൻ നന്നാകാൻ തീരുമാനിച്ചോ? വിയർപ്പിന്റെ അസുഖം ഉള്ള ഇവൻ ജോലിക്ക് പോകാനോ. ലോകാവസാനമോ മറ്റോ ആണോ ദൈവമേ .

ജോലിക്കുള്ള പരസ്യം ആണോടാ?

ആരു പോകുന്നു ജോലിക്ക് ഇത് അതൊന്നും അല്ല. ലണ്ടനിൽ പോകാനുള്ള ഒരു ചാൻസ്.

ലണ്ടനിലോ അത് എങ്ങനെ?

അവിടെ നല്ല ജോലിയും വീടും സ്വത്തും ഒക്കെ ഉള്ള ഒരു പെണ്ണിന് ഭർത്താവിനെ വേണം. ഒരു കുട്ടിയുണ്ട് ഡിവോഴ്സ് ആണ്. ഒരു ഡിമാന്റു മാത്രമേ ഉള്ളു കൂടെ ചെല്ലണം.

ഓ അത് ശരി ഭർത്താവ് ഉദ്യോഗം, സാരിത്തുമ്പ് വിസ, ഭർത്താവായിട്ടു ഇരിക്കുക, കൊച്ചിന്റെ അച്ഛൻ ആയിട്ടു ഇരിക്കുക ഒരു കഷ്ടപ്പാടും ഇല്ല. കൊള്ളാം നിനക്ക് പറ്റിയ പണിതന്നെ. ഇതിനു ഞാൻ ഇപ്പോൾ എന്താ ചെയ്യേണ്ടത്?

അതല്ലെടാ ഞാൻ അവളോട് ഫോണിൽ സംസാരിച്ചു എന്റെ കഥ കേട്ടതും അവൾക്കു എന്നെ വളരെ ഇഷ്ടപ്പെട്ടു. അവൾ ഇപ്പോൾ നാട്ടിൽ ഉണ്ട്. ഇന്ന് കാണാൻ ചെല്ലാൻ പറഞ്ഞേക്കുവാ

അത് ശരി നിന്റെ ഏതു കഥയാ നീ അവളോട് പറഞ്ഞത്?

അത് എനിക്ക് ജോലിയും പണവും ഇല്ലാത്തതുകൊണ്ട് ഭാര്യ എന്നെ ഉപേക്ഷിച്ചു പോയതും കുടുംബത്തെ സ്വത്തെല്ലാം ചേട്ടൻമാർ തട്ടിയെടുത്തതും എല്ലാം കേട്ടപ്പോൾ അവൾ കരഞ്ഞുപോയി.

മഹാപാപി ഇത്രകാലം അവര് അധ്വാനിച്ചത് കൊണ്ട് സുഭിക്ഷം ആയി ജീവിച്ചിട്ട്, ആ പെണ്ണ് സഹികെട്ട് ഇറങ്ങി പോയതല്ലേ? ഈ കഥ ഇങ്ങനെ വൈറ്റ് വാഷ് ചെയ്തു വെളുപ്പിച്ചു എടുക്കാൻ ഇവനെ കൊണ്ടേ കഴിയു. ഇവന്റെ കഥക്ക് ഇങ്ങനെയും ഒരു വേർഷൻ ഉണ്ട് അല്ലേ. വല്ലാത്തൊരു ബുദ്ധി തന്നെ. ഇവനൊക്കെ എങ്ങനെ വീണാലും പൂച്ച വീഴും പോലെ നാലു കാലിൽ തന്നെ. തോമസ്കുട്ടി ചെറുപ്പം മുതൽ തൂമ്പ പിടിച്ചു തഴമ്പിച്ച സ്വന്തം കൈകളിലേക്കു നോക്കി.

“പെണ്ണ് കാണാൻ പോകാൻ നീയും കൂടി വരണം. ഒറ്റയ്ക്ക് പോകുന്നത് ശരിയല്ലല്ലോ.”

ഭാവിയിൽ ഏതോ ഒരു പെണ്ണിന്റെ പ്രാക്കും ശാപവാക്കുകളും തന്റെ നേർക്കു പറന്നു വരുന്നത് തോമസ്കുട്ടി മനക്കണ്ണിൽ കണ്ടു.

“ഞാൻ വരണോ?”

“വരണം നീ അല്ലാതെ എനിക്ക് ആരാ ഉള്ളത്. ഞാൻ ഒരു നാലുമണി ആകുമ്പോൾ റെഡി ആയി ഇങ്ങോട്ട് വരാം.”

തോമസ്കുട്ടി ഞെട്ടി. അമ്മച്ചി തൂമ്പ കൈ ഇടുന്നത് പിന്നെ തന്റെ പുറത്തു ആയിരിക്കും.

“അത് വേണ്ട ഞാൻ ജംഗ്ഷനിലോട്ട് വരാം.”

ഇവനെ ലണ്ടനിലോട്ടു കെട്ട് കെട്ടിക്കുന്നത് തന്നെ ആണ് നല്ലത്. ഇവിടെ വളർന്നു വരുന്ന തലമുറയിൽ ഏതെങ്കിലും ഒരെണ്ണം ഇവനെ കണ്ടു പഠിച്ചാൽ കഴിഞ്ഞില്ലേ. ഈ ശാപം പിടിച്ചവനൊക്കെ നാട് വിട്ടു പോകട്ടെ.

“വരാം ഞാൻ വരാം. എന്നാൽ ശരി അളിയാ ഞാൻ പോട്ടെ. ഇട്ടോണ്ട് പോകാനുള്ള ഡ്രെസ്സ് റെഡി ആക്കണം.”

ബ്രേക് ഫാസ്റ്റ് കഴിക്കാൻ ചെന്ന തോമസ്കുട്ടിയോട് അമ്മച്ചി ചോദിച്ചു

“എന്താടാ താമസിച്ചത്. സാധാരണ വേകും മുൻപേ വിശക്കുന്നു എന്നും പറഞ്ഞു വരുന്നതാണല്ലോ.”

“അത് അമ്മച്ചി ഒരു ഇത്തിൾക്കണ്ണി വെട്ടി പറിച്ചു കളയാൻ നോക്കുവാരുന്നു.”

“എന്നിട്ട് കളഞ്ഞോടാ.”

“ഇല്ല അമ്മച്ചി വൈകിട്ട് നാലുമണിക്ക് കളയാം എന്നു വച്ചു.”

“അതെന്താടാ കൃത്യം ഒരു നാലുമണി. അതിനും മുഹൂർത്തം ഒക്കെ ഉണ്ടോ?”

“അല്ല അമ്മച്ചി വൈകുന്നേരം എന്നാ ഉദ്ദേശിച്ചത്.”

“ഓഹോ അങ്ങ് ദൂരെ കൊണ്ട് കളയണേ മോനെ. ഇത്തിൾക്കണ്ണി കയ്യാല കയറി ഹെൽമറ്റും വച്ചു വരുന്നത് ഞാൻ കണ്ടാരുന്നു. നിന്നെ ഏതു കുഴിയിൽ ചാടിക്കാൻ ആണ് അവൻ വന്നത്. അവനുമായി ഒരു ഇടപാടും വേണ്ട എന്നു ഞാൻ പറഞ്ഞിട്ടുള്ളതല്ലേ? കൂടെ നടന്നിട്ട് വേണം അവന്റെ മടി നിനക്കും കിട്ടാൻ.”

“പിന്നെ മടി എന്നു പറഞ്ഞാൽ പകർച്ചവ്യാധി ആണല്ലോ?” തോമസ്കുട്ടി പിറുപിറുത്തു കൊണ്ട് വൈകിട്ട് അമ്മച്ചിയോടു എന്തു കള്ളം പറഞ്ഞു പെണ്ണ് കാണാൻ പോകും എന്നു ആലോചിച്ചു, തൂമ്പയുമെടുത്തു വീണ്ടും പറമ്പിലേക്കു ഇറങ്ങി.

തന്റേതായ കാരണത്താൽ

വൈകിട്ടത്തേക്കുള്ള ചപ്പാത്തിയും കറിയും പാത്രത്തിലാക്കി അടച്ചു വച്ചു. രാവിലെ ദോശക്കു കറി എന്താണാവോ. ഫ്രിഡ്ജ് തുറന്നു നോക്കി. കുറച്ചു പച്ചക്കറി ഇരിപ്പുണ്ട്. സാമ്പാറിനുള്ള കഷണങ്ങൾ മനസ്സിൽ തിളച്ചു മറിഞ്ഞു..

ഷീനയും എബിയും വരും മുൻപ് ജോലി എല്ലാം തീർത്തു വയ്ക്കണം. അല്ലേൽ മരുമോളുടെ മുഖം വീർക്കും. അവളുടെ കുടുംബത്തു ഒരു കല്യാണം ഉണ്ട്. അതിനു ഷോപ്പിംഗ് നടത്താൻ പോയതാണ്. രണ്ടാളും. പൊള്ളിയ കയ്യിൽ ഇത്തിരി തേൻ പുരട്ടി കസേരയിൽ ഇരുന്നു റോസ്‌ലിൻ.

ഗൾഫിൽ നിന്നും പോരുന്നു എന്ന് പറഞ്ഞപ്പോ എന്താരുന്നു ബഹളം. മമ്മി വാ. ഞങ്ങൾ നോക്കിക്കോളാം. മമ്മി ഇത്ര നാൾ കഷ്ടപ്പെട്ടില്ലേ ഇനി റസ്റ്റ് എടുക്കു. എന്തൊക്കെ ആയിരുന്നു. വന്നതിന്റെ പിറ്റേന്നു അടുക്കളയിൽ കയറിയതാണ്. പിന്നെ ഇതുവരെ മോചനം കിട്ടിയില്ല. മുകളിലത്തെ റൂം ആണ് മമ്മിയുടേത് അവിടെ ഫ്രീഡം ഉണ്ട് എന്ന് ഷീന പറഞ്ഞപ്പോൾ പോത്ത് കച്ചവടക്കാരൻ പാപ്പിയുടെ മോളുടെ അതിബുദ്ധി ആണെന്ന് മനസിലായില്ല. മുകളിൽ ആകുമ്പോൾ ഓടി ഓടി റൂമിൽ പോകില്ലല്ലോ. അടുക്കളയിൽ തന്നെ നിന്ന് പണി എടുത്തോളും. പിന്നെ അവിടാകുമ്പോൾ എ.സി.യും ഇല്ലാ.

എബിക്കു ഷീനയെ കെട്ടാൻ ഇഷ്ടമാണ് എന്ന് പറഞ്ഞപ്പോൾ എല്ലാവരും പറഞ്ഞതാ വേണ്ട നമുക്ക് പറ്റിയതല്ല എന്ന്. എന്റെ മോൻ വിഷമിക്കരുത് എന്ന് വിചാരിച്ചു. പെണ്ണുകാണാൻ ചെന്നപ്പോൾ മുഷിഞ്ഞ ഡ്രെസ്സും ഇട്ടു അടുപ്പിൽ ഊതിക്കൊണ്ടു നിന്നവൾ ആണ്.

പത്തു പൈസ വാങ്ങാതെ ഗൾഫിൽ നിന്നും താൻ കൊണ്ടു വച്ച ഗോൾഡ് ഇട്ടു കെട്ടി കൊണ്ടു വന്നു. ഇന്ന് കാറിൽ കയറാൻ നേരം അവളുടെ അലർച്ച, എത്ര നാൾ ആയി. എബിച്ചായനോട് ഈ പാട്ട വണ്ടി ഒന്ന് മാറ്റി വാങ്ങാൻ പറയുന്നു. പുറത്തിറങ്ങുമ്പോൾ നാണക്കേട് ആണ് എന്ന്.

ലക്ഷങ്ങൾ കൊടുത്തു താൻ വാങ്ങിയ വണ്ടി ആണ്. ഇന്നുവരെ അധ്വാനിച്ചു പത്തു പൈസ ഉണ്ടാകാത്തവർ ആണ്. എത്ര ബിസിനസ് തുടങ്ങി കൊടുത്തു, എല്ലാം നശിപ്പിച്ചു. അവന്റെ ഉത്തരവാദിത്വമില്ലായ്മയും അവളുടെ ദുർചിലവും. ആയുസ്സ് മുഴുവൻ ഗൾഫിൽ കിടന്നു ഉണ്ടാക്കിയ പൈസ ആണ്.

ജോർജ്കുട്ടിച്ചായൻ മരിച്ചു രണ്ടു പിഞ്ചു കുഞ്ഞുങ്ങളുമായി വീട്ടിൽ തിരിച്ചു എത്തിയപ്പോൾ ജീവിക്കാൻ ഒരു വഴി കാണിച്ചു തന്നത് കൂട്ടുകാരി ഡെയ്സി ആണ്. കുഞ്ഞിലേ മുതലുള്ള കൂട്ട് ആണ്. ഗൾഫിൽ നഴ്സ് ആണ്. അവളുടെ ഹസ്ബൻഡ് ഗൾഫ് മലയാളികൾ സ്നേഹത്തോടെ ജെ. ജെ. എന്ന് വിളിക്കുന്ന ജെയിംസ് ജേക്കബ് ഒരു കമ്പനിയിൽ ഉയർന്ന ഉദ്യോഗസ്ഥനാണു. ജോലി ശരിയാക്കി തന്നു.

എല്ലാത്തിനും അവർ ഒപ്പം ഉണ്ടായിരുന്നു. താങ്ങും തണലുമായി. എവിടെ പോയാലും തന്നെയും ഒപ്പം കൂട്ടും. എത്ര സന്ധ്യകളിലാണ് അബുദാബി കോർണിഷിൽ കഥകൾ പറഞ്ഞു ഇരുന്നിട്ടുള്ളത്.

അവധി ദിവസങ്ങൾ എല്ലാവരും ഡേയ്സിയുടെ വീട്ടിൽ ഒത്തുകൂടും. ഫുഡ് ഉണ്ടാക്കലും ആകെ ഒരു ബഹളം ആണ് പിന്നെ. മനസ് എപ്പോളും നാട്ടിൽ ആയിരിക്കും കുഞ്ഞുങ്ങളുടെ അടുത്ത്. ഡെയ്സി സമാധാനിപ്പിക്കും. അവരെ നോക്കാൻ നിന്റെ അപ്പച്ചനും അമ്മച്ചിയും ജോജിയും ഇല്ലേ. പിന്നെ എന്താ.

ആകെയുള്ള കൂടപ്പിറപ്പാണ് ജോജി. നാട്ടിൽ വന്നിട്ട് ആകെ ഒന്നോ രണ്ടോ തവണ ആണ് കണ്ടത്. അവൻ ഇങ്ങോട്ട് വരാത്തത് എന്താണെന്നു ഇപ്പൊ മനസിലായി. താൻ ഗൾഫിൽ പോയ അന്ന് മുതൽ മക്കളെ പൊന്നുപോലെ നോക്കിയവൻ ആണ്.

എബിയെ കൂടെ കൊണ്ടുനടന്നു വളർത്തിയത് അവൻ ആണ്. പെണ്ണ് കെട്ടിയതോടെ എബി എല്ലാം മറന്നു. ജോജിയുടെ തോളിൽ കയറി ഇരുന്നു എബി മാമ്പഴം പറിക്കുന്ന ഫോട്ടോസ് കണ്ടു കൂടെ ജോലി ചെയ്യുന്ന അറബ്സ് ചിരിയോടു ചിരി ആയിരുന്നു. സൈക്കിൾ ചവിട്ടാനും ബൈക്ക് ഓടിക്കാനും എല്ലാം അവൻ ആണ് പഠിപ്പിച്ചത്. അവൻ കെട്ടി കൊണ്ടു വന്നത് മാലാഖ പോലൊരു പെണ്ണിനെ. അപ്പച്ചൻ കിടപ്പായപ്പോൾ തനിക്കു വന്നു നോക്കാൻ കഴിഞ്ഞില്ല. അവൾ പൊന്നുപോലെ നോക്കി. അമ്മച്ചിയേയും. അവളെ കുറിച്ചാണ് ഷീന പറയുന്നത് മമ്മി വിചാരിക്കുന്ന പോലെ അല്ല എന്ന്.

എല്ലാം മനസ്സിലായി. ഗൾഫിൽ നിന്നും പോരണ്ടായിരുന്നു. ഡെയ്സി മരിച്ച ശേഷം അവിടെ നില്ക്കാൻ തോന്നിയില്ല. ..

കൂടപ്പിറപ്പിനെ പോലെ കൊണ്ടു നടന്നവൾ ക്യാൻസറിന് കീഴടങ്ങിയപ്പോൾ തകർന്നുപോയി. ജെയിംസ്നെയും മക്കളെയും ഫേസ് ചെയ്യാൻ വയ്യാതായി. ജെയിംസ് തകർന്നു പോയി. ഡെയ്സി ഇല്ലാതെ ഒന്നിനും വയ്യാതെ. ആരെയും അസൂയപ്പെടുത്തുന്ന സ്നേഹമായിരുന്നു അവരുടേത്. ഡെയ്സി പറയും, എടീ എല്ലാരും ഉറങ്ങി കഴിയുമ്പോൾ ഞങ്ങൾ ബിൽഡിങ്ങിന്റെ മുകളിൽ കയറും. അവിടെ ഒരു പെന്റ് ഹൗസ് ഉണ്ട്. അതിന്റെ മുൻപിൽ ഷീറ്റ് വിരിച്ചു ഞങ്ങൾ ആകാശം നോക്കി കിടക്കും .

പിന്നെ, ഒരു നക്ഷത്രം പോലും കാണാൻ ഇല്ലാത്ത ഗൾഫിലെ ആകാശത്തു എന്തു കാണാൻ ആണ്.

എടീ, അത് നിന്റെ മനസ്സിൽ പ്രണയം ഇല്ലാത്തതു കൊണ്ടാണ്. നീ പ്രണയിക്കു.. ആകാശത്തു നക്ഷത്രങ്ങൾ പൂത്തിരി കത്തിക്കുന്നത് കാണാം.

തന്നെ വീണ്ടും കല്യാണം കഴിപ്പിക്കാൻ അവർ ആകുന്ന ശ്രമിച്ചതാണ്. വഴങ്ങിയില്ല. മക്കൾ എന്നു മാത്രം ചിന്തിച്ചു. ഡെയ്സി പോയി കുറെ നാൾ കഴിഞ്ഞപ്പോ ഫ്രണ്ട്സ് പറഞ്ഞതാണ് ജയിംസിന്റെ കാര്യം.

“വേറെ ആരെയും ജെയിംസ് കെട്ടുമെന്ന് തോന്നുന്നില്ല. നീ ആകുമ്പോൾ ജെയിംസിനും പിള്ളേർക്കും എതിർപ്പുണ്ടാവില്ല. നിന്റെ മക്കളെയും ജെയിംസ് പൊന്നുപോലെ നോക്കും.”

അതൊക്കെ ശരിയാണ് മക്കൾടെ പല ആവശ്യങ്ങൾക്കും ജെയിംസ് ആണ് നാട്ടിൽ വന്നിട്ടുള്ളത്. തനിക്കു വരാൻ കഴിയാത്തപ്പോൾ ഒക്കെ. അഡ്മിഷൻ അങ്ങനെ എല്ലാത്തിനും. വീട് പണി, ടൗണിലെ സ്ഥലം വാങ്ങൽ, എല്ലാത്തിനും ജെയിംസും ഡേയ്സിയും ഉണ്ടായിരുന്നു.

തന്റെ വീട് അവർക്കു സ്വന്തം വീട് ആയിരുന്നു. അപ്പച്ചനും അമ്മച്ചിയും അവർക്കു സ്വന്തം പോലെ. ജോജിയും. ജെയിംസ് അച്ചായൻ എന്നു പറഞ്ഞാൽ അവൻ ചാകും. അത്ര സ്നേഹമാണ്. അതുകൊണ്ടാണ് ജയിംസിന്റെ റിലേറ്റീവ് ആയ പെൺകുട്ടിയുടെ ആലോചന വന്നപ്പോള് അവൻ ചാടി കയറി സമ്മതിച്ചത്. ജെയിംസിനോളം നന്മയുള്ള ഒരാളെ ഇന്ന് വരെ കണ്ടിട്ടില്ല. എന്നാലും വേണ്ട ജെയിംസ് ഡെയ്സിയുടെ ആണ്. ഡെയ്സിയുടെ മാത്രം.

ഒരിക്കൽ കണ്ടപ്പോ ജെയിംസ് പറഞ്ഞു പിള്ളാരെയും കൊണ്ടു വയ്യ. പറ്റുന്നില്ല. എനിക്ക് അറിയില്ല എന്തു ചെയ്യണം എന്നു. ഇത്ര നിസ്സഹായനായി ആദ്യമായാണ് ജെയിംസിനെ കാണുന്നത്. എത്ര സന്തോഷം ഉള്ള മനുഷ്യൻ ആയിരുന്നു. ആ തുറന്നു പറച്ചിലിൽ ഒരു അപേ

ക്ഷ ഒളിഞ്ഞിരുപ്പുണ്ടായിരുന്നോ.

എല്ലാ സങ്കടങ്ങളിലും കൂടെ നിന്നവൾ ആണ് ഡെയ്സിയും കുടുംബവും. അവളുടെ കുടുംബത്തിന് ഒരു ആവശ്യം വന്നപ്പോ താൻ കയ്യൊഴിഞ്ഞു.

മക്കളെ ഓർത്തു. എന്നിട്ട് മക്കളോ.

ജോജിയെ ഒന്ന് വിളിച്ചാലോ. "ചേച്ചിയുടെ മരുമോൾ അത്ര പാവം ഒന്നും അല്ല. ചേച്ചി സൂക്ഷിച്ചോ.." അവൻ മുന്നറിയിപ്പ് തന്നതാണ്. "അവിടെ ചെന്ന് ഗദ്ധാമ ആകരുതേ. ഓൾഡ്ഏജ് ഹോമിൽ വന്നു കാണാൻ ഇട ആകരുതേ." അവൻ വീണ്ടും വീണ്ടും മുന്നറിയിപ്പ് തന്നതാണ്.

കോളിംഗ് ബെൽ അടിക്കുന്ന കേട്ടാണ് ഓർമകളിൽ നിന്ന് ഉണർന്നത്. ഡോർ തുറന്നപ്പോൾ മകൾ ആണ് സ്റ്റെഫി.

"കയറി വാ."

"മമ്മി" അവൾ കെട്ടിപിടിച്ചു.

"ഇവിടെ ആരും ഇല്ലാ പുറത്തു പോയി."

"നന്നായി അവൾ പറഞ്ഞു."

"അതെന്താ."

"മമ്മി എന്തറിയുന്നു അങ്ങനെ ഒക്കെ ആണ്. അവർക്കു ഞാൻ വരുന്നത് ഒന്നും ഇഷ്ടമല്ല. എബിച്ചായന് എന്നോടിപ്പോ ഒരു സ്നേഹവുമില്ല. എന്റെ എന്തെങ്കിലും കാര്യം നോക്കുകയോ എനിക്കുവേണ്ടി എന്തേലും ചെയ്യുകയോ ഒന്നുമില്ല." അവൾ കരയാൻ തുടങ്ങി.

"മമ്മി സൂക്ഷിച്ചു നിന്നോ അല്ലേൽ കയ്യിലുള്ളത് അടിച്ചെടുക്കും. എനിക്കൊന്നും കിട്ടുകയുമില്ല. പിന്നെ എനിക്കു പേടി ഒന്നുമില്ല. ഞാൻ മമ്മിയുടെ ഒറ്റ മോൾ അല്ലെ. എനിക്കുള്ളത് മമ്മി തരും എന്നു എനിക്കറിയാം."

പഠിപ്പിച്ചു ജോലി ആക്കി. എടുത്താൽ പൊങ്ങാത്ത പൊന്നും പണവും കാറും കൊടുത്തു കെട്ടിച്ചു വിട്ട മോൾ ആണ്.

ജോർജ്കുട്ടിച്ചായൻ പണ്ട് പറയുമായിരുന്നു, മോളെ നോക്ക് എന്റെ അമ്മച്ചിയെ പോലെ തന്നെ അല്ലെ എന്നു. മകൻ മരിച്ചു കഴിഞ്ഞപ്പോൾ. മരുമോളെയും രണ്ടു കുഞ്ഞുങ്ങളെയും നൈസ് ആയിട്ടു ഒഴിവാക്കിയ അമ്മച്ചിയുടെ കുരുട്ടു ബുദ്ധിയും ഇവൾക്ക് കിട്ടിയിട്ടുണ്ട്.

കാപ്പിയും കുടിച്ചു അവൾ കാറിൽ കയറി പോയി കഴിഞ്ഞപ്പോൾ ആണ്. എബിയും ഷീനയും വന്നത്. കൂടെ രണ്ടുപേരും. കയറി വന്നതേ എബി വിളിച്ചു "മമ്മി ഇങ്ങു വന്നേ പറയട്ടെ. ഇവർ ആരാന്നു മന

സ്സിലായോ? ഇവരാണ് നമ്മുടെ ഷോപ്പിംഗ് കോംപ്ലക്സ് പണിയുന്നത്."

വന്നവർ ചിരിച്ചുകൊണ്ട് കയ്യിലിരുന്ന പേപ്പർ ചുരുൾ ടേബിളിലേക്കു നിവർത്തി.

"മമ്മി നമ്മുടെ ടൗണിലെ പ്ലോട്ട് ഇല്ലേ അവിടെ."

"ഇതു എപ്പോ?" അന്തം വിട്ട തന്റെ നോട്ടം കണ്ടു എബിയും കൂടെ വന്നവരും കാര്യങ്ങൾ വിശദീകരിച്ചു. .

ചായയുമായി വന്ന ഷീന ഒരു കപ്പ് തനിക്കും തന്നു

"മമ്മി കുടിക്കൂ. ഇതു എന്താന്ന് മനസ്സിലായോ" അവൾ പേപ്പറിലേക്കു വിരൽ ചൂണ്ടി. "ഇവിടെ ആണ് നമ്മുടെ ബ്യൂട്ടിക്. ഞാൻ ആണ് നടത്തുന്നത്. മമ്മിയുടെ പേരാണ് ഇടുന്നത്."

എന്തൊരു സോപ്പ് ഇടൽ ആണ്. വന്നവർ പോയി." മമ്മി ക്യാഷ് കുറെ വേണ്ടി വരും. മമ്മിയുടെ അക്കൗണ്ടിൽ ഉള്ള ക്യാഷ് ഒക്കെ എടുക്കേണ്ടി വരും. പിന്നെ ബാക്കി ലോൺ എടുക്കാം. ആ പ്ലോട്ട് എന്റെ പേരിലോട്ടു ഒന്ന് മാറ്റേണ്ടി വരും. അത് ഒരു ദിവസം കൊണ്ടു ശരിയാക്കാം. മമ്മി ബാങ്കിൽ ഒന്നും കയറി ഇറങ്ങി നടക്കേണ്ട."മോൻ ഔദാര്യപൂർവ്വം പറഞ്ഞു.

"അതിന്റെ പണി ഒന്ന് കഴിഞ്ഞിട്ട് വേണം എനിക്കൊന്നു തല ഉയർത്തി പിടിച്ചു ചില അവളുമാരുടെ മുൻപിൽ നടക്കാൻ." ഷീന ആണ്.

അപ്പന് പോത്ത് കച്ചവടം ആരുന്നു. എന്നത് അവൾ മറന്നു എന്നു തോന്നുന്നു. അരി തിളക്കും പോലെ ആണ് അഹങ്കാരം തിളക്കുന്നത്.

"മറ്റന്നാൾ ഇവളുടെ വീട്ടിലെ കല്യാണം അല്ലെ, അത് കഴിഞ്ഞു അടുത്ത ദിവസം രെജിസ്ട്രേഷൻ നടത്താം." എബി പറഞ്ഞു.

ഓൾഡ് ഏജ് ഹോമിന്റെ വാതിൽ തന്റെമ മുൻപിൽ മലർക്കെ തുറക്കുന്നത് റോസ്‌ലിൻ കണ്ടു. ഒന്നും മിണ്ടാതെ അടുക്കളയിലേക്കു പോന്നു. കണ്ണിൽ ഇരുട്ട് കയറും പോലെ. എന്തു ചെയ്യും. ഷീന പലതും പറയുന്നുണ്ട്. എല്ലാം മൂളി കേട്ടു. രാത്രി ജോലി തീർത്തു റൂമിൽ എത്തിയപ്പോൾ ഒന്ന് പൊട്ടി കരയണം എന്നു തോന്നി.

എന്തെല്ലാം സ്വപ്നങ്ങൾ ആയിരുന്നു. അലാറം കേൾക്കാതെ ഇഷ്ട്ടം പോലെ ഉറങ്ങി കൊതി തീർക്കണം. ബന്ധു വീടുകളിൽ എല്ലാം പോകണം. ഒരുപാട് വായിക്കണം. എല്ലാവരുമായി സന്തോഷത്തോടെ കഴിയണം. എന്നിട്ടിപ്പോൾ കാൽക്കീഴിലെ മണ്ണ് ഒലിച്ചു പോകുന്ന അവസ്ഥ. ഒരു അപകട സൈറൺ. ആകെ ഒരു എത്തും പിടിയും കിട്ടുന്നില്ല. വല്ലാത്ത ദാഹം. വെള്ളം തീർന്നിരിക്കുന്നു.

ബോട്ടിൽ എടുത്തു താഴോട്ട് ഇറങ്ങി. എബിയുടെ റൂമിൽ ലൈറ്റ് ഉ

ണ്ട്. ഷീനയുടെ സ്വരം. “എന്തൊരു മധുരമുള്ള മാമ്പഴം അല്ലേ എബിച്ചായാ.. നിങ്ങളുടെ അമ്മ കണ്ടാൽ മുഴുവൻ തിന്നു തീർക്കും. അതാ ഞാൻ റൂമിൽ കൊണ്ടു പോന്നത്.”

“മമ്മിക്ക് പണ്ടേ മാമ്പഴം വലിയ ഇഷ്ടം ആണ്.” എബിയുടെ മറുപടി.

നെഞ്ചിൽ ഒരു വിങ്ങൽ. വീണ്ടും അവളുടെ സ്വരം.

“ഞാൻ വിചാരിച്ചില്ല ഇത്ര എളുപ്പത്തിൽ മമ്മി സമ്മതിക്കും എന്നു. എല്ലാം ഒന്ന് നടന്നാൽ മതി വേഗം. നിങ്ങൾടെ പെങ്ങൾ വന്നു എന്തേലും ഒടക്ക് ഉണ്ടാക്കും മുൻപ് വേഗം വേണം. പിന്നെ അവൾ ഇങ്ങോട്ട് വരട്ടെ. അവൾക്കെന്താ ഇവിടെ കാര്യം. പിന്നെ ഞാൻ ഒരു കാര്യം പറയാം. പണി തുടങ്ങി തീരാറാകുമ്പോൾ ഇടക്ക് ഒന്ന് നിർത്തി വയ്ക്കണം.

“അത് എന്തിനാ ഷീന? എന്റെ പോന്നു മനുഷ്യ ഈ വീടും പറമ്പും അമ്മേടെ പേരിൽ അല്ലെ. പൈസ തീർന്നു പണി തീർക്കണേൽ ഇനിയും ലോൺ എടുക്കണം എന്നു പറഞ്ഞു ഇതു എഴുതി വാങ്ങാൻ നോക്കു. അല്ലേൽ നിങ്ങളുടെ തള്ള അത് മോൾക്ക് കൊടുത്താലോ?”

“എന്റെ പൊന്നെ നിന്റെ ഒരു ബുദ്ധി സമ്മതിച്ചു.”

പിന്നെ കാര്യം ഒക്കെ കൊള്ളാം, പണി കഴിയുമ്പോൾ ഓരോ ഷെയർ എന്റെ അപ്പനും അനിയനും എന്നു വാക്ക് പറഞ്ഞിട്ടുള്ളതാ. മറക്കരുത്. മറന്നാൽ എന്റെ സ്വഭാവം മാറും കേട്ടോ.”

“മറക്കില്ല പൊന്നെ. എല്ലാം ശരിയാക്കാം.”

താഴെ വീഴാതിരിക്കാൻ ചുവരിൽ ചാരി നിന്നു. പൊന്നുപോലെ വളർത്തിയ മകൻ. അമ്മക്ക് ഒരു മാമ്പഴം തരാൻ മനസ്സില്ലാതെ ഒളിച്ചു വച്ചു തിന്നുന്നു. ഓരോ തവണയും ലീവ് കഴിഞ്ഞു തിരിച്ചു പോകുമ്പോൾ എയർപോർട്ടിൽ നിന്നു ആശ്വസിക്കും ഉടുതുണി തിരിച്ചു കിട്ടിയത് ഭാഗ്യം എന്ന് ഓർത്ത്. ബാക്കി എല്ലാം എല്ലാവരും കൂടി കൈവശം ആക്കിയിരിക്കും.

മരുഭൂമിയിൽ ജന്മം പാഴാക്കി ഉണ്ടാക്കിയ പണം തട്ടിയെടുക്കാൻ പ്ലാൻ ചെയ്യുന്നു. കിടപ്പാടം ഉൾപ്പെടെ. ടൗണിലെ പ്ലോട്ട് അന്ന് കുറഞ്ഞ വിലക്കു വാങ്ങിയതാണ്. ഇന്ന് കോടികൾ വില ഉണ്ട്. അവളുടെ അപ്പനും സഹോദരനും ഷെയർ വേണം പോലും. ഈ വിഷ പാമ്പുകൾക്കാണോ ഇത്ര നാളും പാല് കൊടുത്തത്.

ബെഡിൽ വന്നു ഇരുന്നു. കണ്ണു തുടച്ചു. ആരോട് പറയും. ജോജിയെ വിളിച്ചാലോ. കൂടപ്പിറപ്പു അല്ലെ. അവനോടു പറയാം. ഫോൺ എ

ടുക്കാൻ നോക്കുമ്പോൾ അതു റിംഗ് ചെയ്തു. ജോജി ആണ് പണ്ടും ഇങ്ങനെ ആണ്. മനസ് വിഷമിച്ചാൽ ഡെയ്സ്സിയോ ജോജിയോ വിളിക്കും. ഫോൺ എടുത്തതും ഒരു കരച്ചിൽ ആരുന്നു.

"എന്താ ചേച്ചി എന്തു പറ്റി. ഞാൻ വരണോ." അവൻ പേടിച്ചു. നടന്നതെല്ലാം അവനോട് പറഞ്ഞു. അവൻ പൊട്ടിത്തെറിച്ചു. "അത്യാഗ്രഹി അവളുടെ ആക്രാന്തം കണ്ടില്ലേ. ചേച്ചിയോട് ഞാൻ അന്നേ പറഞ്ഞതല്ലേ. അവർക്കു അറിയാം ചേച്ചിക്ക് വേറെ ആരുമില്ല. അവരുടെ കാൽ ചുവട്ടിൽ കിടക്കും എന്നു. ആണും തൂണും ഇല്ലാത്തതിന്റെ കുഴപ്പം ആണ്. ജെയിംസ് അച്ചായന്റെ കാര്യം എത്ര തവണ പറഞ്ഞതാ. ഇപ്പോളും വൈകിയിട്ടില്ല. ചേച്ചി മനസിലാക്കു. അല്ലേൽ ചേച്ചി തെണ്ടും ഇപ്പോൾ ഒരു തീരുമാനം എടുത്താൽ ഒരു നല്ല ജീവിതം ഉണ്ടാകും. ഇനിയിങ്ങനെ മണ്ടി ആകല്ലേ. ഞാൻ ജെയിംസ് അച്ചായനെ വിളിക്കട്ടെ. അവർ നാട്ടിൽ ഉണ്ട്. പിള്ളേർ അടുത്ത ആഴ്ച തിരിച്ചു പോകും. പപ്പയെ തനിച്ചാക്കി പോകുന്ന സങ്കടത്തിൽ ആണ് അവർ. ഞാൻ വിളിക്കട്ടെ."

"ഉം..." അറിയാതെ മൂളി പോയി.

"സത്യം ആണോ ഞാൻ ദാ ഇപ്പൊ വിളിക്കാം." അവൻ ഫോൺ കട്ട് ചെയ്തു.

ദൈവമേ എന്താണ് സംഭവിക്കുന്നത് . വേറെ എന്തു ചെയ്യും. ഫോണിന്റെ ഡിസ്പ്ലേയിൽ ജോർജ് കുട്ടിച്ചായന്റെ ഫോട്ടോ.

അച്ചായാ ക്ഷമിക്കണം. വേറെ വഴിയില്ല. നമ്മുടെ മക്കൾ ഇങ്ങനെ ആയി പോയി.ഞാൻ എന്തു ചെയ്യും.

ആലോചിച്ചപ്പോൾ വീണ്ടും ഒരു കല്യാണം കഴിക്കാൻ ഒരുപാട് കാരണങ്ങൾ തനിക്കുണ്ട്. ഇപ്പോളെങ്കിലും ഇത് ചെയ്തില്ലായെങ്കിൽ

ഏതെങ്കിലും ഓൾഡ് എജ് ഹോമിൽ കിടന്ന് മരിക്കേണ്ടി വരും.

ഫോൺ റിംഗ് ചെയ്തു. ജെയിംസ് ആണ്. "ഹലോ റോസമ്മേ" പണ്ടും ജെയിംസ് തന്നെ റോസമ്മേ എന്നാണ് വിളിക്കുക. ഡെയ്സി പറയും അവൾ റോസമ്മ അല്ല റോസിലിൻ ആണ് എന്ന്. പക്ഷെ പുള്ളി റോസമ്മ എന്നേ വിളിക്കു..

"റോസമ്മ വിഷമിക്കണ്ട ഞാൻ ഉണ്ട് കൂടെ. മക്കൾ ഉറങ്ങി ഞാൻ അവരെ ഉണർത്തി കാര്യം പറയട്ടെ. അവർക്കു സന്തോഷം ആകും."

ജോജിയെ വിളിച്ചിട്ട് ഞാൻ വിളിക്കാം. ഫോൺ കട്ട് ചെയ്ത ഉടനെ ജോജി വിളിച്ചു.

"അപ്പൻ മരിക്കും മുൻപ് ഒരു കാര്യം മാത്രമേ പറഞ്ഞുള്ളു. ചേച്ചി

യെ വിഷമിപ്പിക്കരുത് എന്നു."

"എല്ലാം ഞാൻ അറേഞ്ച് ചെയ്തോളാം ചേച്ചി ഒന്ന് നിന്നു തന്നാൽ മതി. ജെയിംസ് അച്ചായൻ ചേച്ചിയെ പൊന്നുപോലെ നോക്കും. പ്ലാൻ എല്ലാം ഞാൻ പറയാം. അതുപോലെ ചെയ്താൽ മതി. അവർ കല്യാണത്തിന് പോകുന്ന അന്ന് മതി. നേരത്തെ എല്ലാം പാക്ക് ചെയ്തു വച്ചേക്കണം."

ഒരു ദിവസം കൊണ്ട് എന്തെല്ലാം ആണ് സംഭവിക്കുന്നത്. ഇതിനൊക്കെ എനിക്ക് കഴിയുമോ? ജെയിംസിനെ വിളിച്ചു ഒന്നും വേണ്ടാന്ന് പറഞ്ഞാലോ. ഫോൺ എടുത്തതു ജെയിംസിന്റെ മോൾ ആണ്. ഡെയ്സിയുടെ അതെ സ്വരം ആണ് അവൾക്ക് .

"താങ്ക്സ് ആന്റി. പപ്പയെ തനിച്ചു ആക്കി പോകാൻ വിഷമം ആയിരുന്നു. ഇനി കുഴപ്പം ഇല്ലാ. നിങ്ങൾ രണ്ടാളും ഉണ്ടല്ലോ. ഞാൻ പപ്പക്ക് കൊടുക്കാം."

"റോസമ്മേ ആരെ ആണ് പേടിക്കുന്നത് നമ്മുടെ ചിലവിൽ കഴിയുന്ന മക്കളെയോ അതു വേണ്ട. നമുക്കും ഒന്ന് ന്യൂജെൻ ആകാം." ഒന്നും പറയാൻ പറ്റിയില്ല. ഈ പ്രായത്തിൽ ഒരു ഒളിച്ചോട്ടം. ഇതായിരിക്കും വിധി.

ബെഡിനു അടിയിൽ നിന്നു ട്രോളി ബാഗ് വലിച്ചെടുത്തു. ഗൾഫിൽ നിന്നു പോന്നപ്പോ ഫ്രണ്ട്സിനോട് പറഞ്ഞതാണ് ഇതു ലാസ്റ്റ്പാക്കിങ് ആണ് എന്ന്. പക്ഷെ വീണ്ടും. എല്ലാം എടുത്തു അടുക്കി പെറുക്കി പെട്ടിയിൽ വച്ചു.

ഇനിയെങ്കിലും മക്കൾ അധ്വാനിച്ചു ജീവിക്കാൻ പഠിക്കട്ടെ. എബിയും ഷീനയും കല്യാണത്തിന് പോയ സമയത്തു ജോജി കാറുമായി വന്നു. ജെയിംസിന്റെ പിള്ളേരും ജോജിയും വൈഫും എല്ലാരുടെയും സാന്നിധ്യം ഉണ്ടായിരുന്നു. 'അപ്പച്ചാ അമ്മച്ചി, കൂടെ ഉണ്ടാകണേ' പ്രാർത്ഥിച്ചു കൊണ്ടു ഒപ്പിട്ടു.

രാത്രി ടെറസ്സിൽ വിരിച്ചിട്ട പായയിൽ കിടന്നുകൊണ്ട് ജെയിംസ് പറഞ്ഞു, "നോക്കു റോസമ്മേ മുകളിലോട്ട് നക്ഷത്രങ്ങൾ പൂത്തിരി കത്തിക്കുന്നത് കണ്ടോ."

റോസ്‌ലിൻ ജെയിംസിനോട് ചേർന്നിരുന്നു ആകാശത്തേക്ക് നോക്കി.

അമ്മ വീണ്ടും കല്യാണം കഴിച്ചത് അറിഞ്ഞു ഓടി വന്ന മകൾ സ്റ്റെഫി കണ്ടത്, അമ്മായി അമ്മ കല്യാണം കഴിച്ചതറിഞ്ഞു ബോധം പോയ ഷീനയെ. എബി വെള്ളം തളിച്ച് ഉണർത്തുന്നത് ആണ്.

സ്വപ്നങ്ങൾ എല്ലാം വേൾഡ് ട്രേഡ് സെന്റർ തകർന്ന പോലെ ത

കർന്നതോർത്തപ്പോൾ ഷീനക്ക് സഹിച്ചില്ല. പുതിയ കാർ, ഷോപ്പിംഗ് മാള്, ബുട്ടീക് എല്ലാം പോയി..

കരഞ്ഞു തളർന്ന അവളുടെ ബോധം വീണ്ടും വീണ്ടും പോയികൊണ്ടേ ഇരുന്നു. അത് കണ്ടു നിസ്സഹായനായ എബി എടുത്തു ചാട്ടം വേണ്ടായിരുന്നു എല്ലാം കുറച്ചു പതിയെ മതിയായിരുന്നു എന്നു ആലോചിച്ചു. പോയ ബുദ്ധി ആന പിടിച്ചാലും കിട്ടില്ലല്ലോ ? ഇനിയുള്ള കാലം ജോലി ചെയ്തു ജീവിക്കേണ്ടി വരും എന്നു ഉറപ്പായ അവൻ എന്തോ കളഞ്ഞുപോയ അണ്ണാനെ പോലെ ഭാര്യയെയും പെങ്ങളെയും നോക്കി നിസ്സഹായനായി ഇരുന്നു..

ബൂമറാങ്

മൊബൈൽ ഫോൺ ഓഫ് ചെയ്യാനുള്ള അനൗൺസ്മെന്റ് ഫ്ളൈറ്റിൽ മുഴങ്ങിയപ്പോൾ അയാൾ ബെൽറ്റ് മുറുക്കി നിർവികാരനായി സീറ്റിൽ ചാഞ്ഞിരുന്നു. അയാളുടെ കണ്ണുകളിൽ ഉറക്കവും ക്ഷീണവും കണ്ണുനീരും തളംകെട്ടി കിടന്നു. 'മോനെ സൂക്ഷിച്ചുപോകണേ' അച്ഛന്റെ സ്വരം അയാളുടെ കാതുകളിൽ മുഴങ്ങി. അയാളുടെ ഹൃദയം വേദന കൊണ്ട് വിങ്ങി. പുത്രൻ എന്ന വാക്കിന്റെ അർത്ഥം അച്ഛൻ ആണ് പഠിപ്പിച്ചു തന്നത്. എന്നിട്ട് പുത്രൻ ആയോ താൻ. അച്ഛനോടുള്ള കടമകൾ നിർവഹിക്കാത്ത മകൻ. അയാൾക്ക് യാതൊരു സ്വസ്ഥതയും കിട്ടിയില്ല. അമ്മ മരിച്ച ശേഷം അയാളെയും സഹോദരിയെയും നോക്കി വളർത്തിയത് അച്ഛനാണ്. നന്നായി തന്നെ വളർത്തി, പഠിപ്പിച്ചു. സഹോദരി വിവാഹ ശേഷം വിദേശത്ത് പോയ ശേഷമാണ് അയാൾക്ക് വിദേശ ജോലി ലഭിക്കുന്നത്. അച്ഛനാകെ പരിഭ്രമിച്ചു. നമുക്കിത് വേണോ മോനെ, നാട്ടിൽ എന്തെങ്കിലും ചെയ്താൽ പോരെ. നല്ലോരവസരമാണച്ഛാ വെറുതെ കളയണോ. അയാൾ വാശി പിടിച്ചു. അച്ഛന്റെവിളിപ്പുറത്തു ഞാൻ ഇല്ലേ. അച്ഛനെന്താവശ്യം ഉണ്ടെങ്കിലും ഞാൻ അപ്പോളിങ്ങെത്തില്ലേ. എന്നിട്ട് എത്തിയോ, അയാൾ സ്വയം ചോദിച്ചു. അച്ഛന്റെആവശ്യങ്ങളിൽ മകനായി കൂടെ നിൽക്കാൻ കഴിഞ്ഞോ? അയാൾ കുറ്റബോധത്തോടെ കരഞ്ഞു. ആദ്യമൊക്കെ എല്ലാം നന്നായിരുന്നു. അയാൾ വെക്കേഷന് വരുന്ന ദിവസങ്ങൾ അച്ഛനും കൂട്ടുകാർക്കും ഉത്സവമായിരുന്നു. സൗമ്യയെ വിവാഹം കഴിക്കണമെന്ന ആവശ്യം അറിയിച്ചപ്പോൾ അച്ഛൻ സന്തോഷത്തോടെ നടത്തി തന്നു. അച്ഛൻ രോഗബാധിതനായതോടെയാണ്പ്രശ്നങ്ങൾ ആരംഭിച്ചത്. എനിക്കിനി വയ്യ, ക്ലീൻ ചെയ്തു ക്ലീൻ ചെയ്തു ഞാൻ മടുത്തു. എപ്പോഴും മൂത്രമൊഴിക്കലാണ്. പിള്ളേരെ നോക്കണം അച്ഛനെ നോക്കണം ഇതിനെ എവിടെങ്കിലും കൊണ്ടുപോയ് കളയ്. അവസാന വാക്കായി അവൾ പറഞ്ഞു. അല്ലെങ്കിൽ ഞാൻ എന്റെ വീട്ടിൽ പോകും. ഒരു ഹോം നേഴ്സ്നെ വെച്ചാലോ, അയാൾ ഒരു നിർദേശം വെച്ചു. പിന്നേ...ഞാൻ ഇനി ഹോം നഴ്സ്ന് വെച്ച് വിളമ്പാൻ പോകുകയാണല്ലോ. അവൾ അമ്പിനും വില്ലിനും അടുത്തി

ല്ല. അവസാനം യാതൊരു നിർവാഹവും ഇല്ലാതെ അയാൾ അച്ഛനെ ഓൾഡേജ്ഹോമിലേക്ക് മാറ്റി. കുറച്ചു ദിവസങ്ങൾക്കുമുൻപ്ഓൾഡേജ് ഹോമിന്റെ അധികൃതർ അയാളെ വിളിച്ചു. അച്ഛന്റെ സ്ഥിതി വളരെ മോശം ആണ്. ഇനി അധിക ദിവസം ഉണ്ടാകും എന്ന് തോന്നുന്നില്ല. നിങ്ങളെ കാണണം എന്ന് അദ്ദേഹത്തിന് ആഗ്രഹം ഉണ്ട്. അയാൾ എമർജൻസി ലീവ് എടുത്തു നാട്ടിൽ എത്തി. അച്ഛൻ ഒരു കൊച്ചു കുഞ്ഞിനെ പോലെ അയാളെ കെട്ടിപ്പിടിച്ചു കരഞ്ഞു. പിന്നെ പതിയെ കണ്ണുകൾ അടച്ചു. ഇത്ര പെട്ടെന്ന് തിരികെ വന്ന് ജോലിയിൽ ജോയിൻ ചെയ്യാനുള്ള മാനസികാവസ്ഥയിൽ ആയിരുന്നില്ല അയാൾ. മാനേജർ മിസ്സരിയുടെ മുഖവും കമ്പനി ജോലിക്കാരുടെ എണ്ണം കുറക്കുന്നതുംഓർത്തപ്പോൾ അയാൾ വീണ്ടും ഫ്ലൈറ്റ് കയറി. മണിക്കൂറുകൾ നീണ്ട യാത്രക്ക് ശേഷം താമസസ്ഥലത്തെത്തിയ അയാൾ ക്ഷീണമെല്ലാം ഉറങ്ങി തീർത്തു. പിറ്റേന്ന് ഡ്യൂട്ടിക്ക് എത്തിയ അയാളെ കണ്ട് മാനേജർ മിസ്സരി ആ നീ എത്തിയോ എന്ന ചോദ്യം ചോദിച്ചു. പിന്നെ അനുശോചനം അറിയിച്ചു. സഹപ്രവർത്തകരൊക്കെ വന്നു വിവരം തിരക്കി. അവസാനമാണ് നബീൽ അയാൾക്കരികിലേക്ക് എത്തിയത്. ലെബനോൻ കാരനാണ്എന്നറിയാം. എപ്പോഴും തല കുനിച്ചുള്ള നടത്തം. ആരോടും അധികം സംസാരമില്ല. നബീൽ അയാളുടെ തോളിൽ തട്ടി ആശ്വസിപ്പിച്ചു. നിന്റെ ദുഃഖം എനിക്ക് മനസിലാകും. സഹിക്കുക. നിനക്കറിയാമോ കഴിഞ്ഞ വെക്കേഷൻ കഴിഞ്ഞു ഞാൻ പോരുമ്പോൾ നാട്ടിൽ എനിക്ക് എന്റെവീടുണ്ടായിരുന്നു, എന്റെ കുടുംബം ഉണ്ടായിരുന്നു, അച്ഛനും അമ്മയും സഹോദരങ്ങളും ഏഴു മാസം ഗർഭിണിയായ ഭാര്യയും. ഞാൻ ഇവിടെത്തിഏതാനുംദിവസങ്ങൾക്ക് ശേഷമാണ് ബോംബാക്രമണത്തിൽ എനിക്കെല്ലാം നഷ്ടപ്പെടുന്നത്. തിരിച്ചു പോകാൻ എനിക്കൊരു വീട് പോലുമിപ്പോളില്ല. ഞാൻ സഹിക്കുകയല്ലേ. നീയും സഹിക്കണം. അയാൾ നടന്നകന്നു. ഇത്രയും വലിയ തീപ്പന്തംഹൃദയത്തിൽ ഒളിപ്പിച്ചാണ് ഇയാൾ തങ്ങളോടൊപ്പം ജീവിച്ചത് എന്നോർത്ത്.

അയാൾ മരവിച്ചു നിന്നു.

ഡ്യൂട്ടി കഴിഞ്ഞു റൂമിൽ എത്തി അയാൾ വീണ്ടും ഉറങ്ങി. എഴുന്നേറ്റു ഫ്രഷ് ആയി പുറത്തിറങ്ങാൻ തുടങ്ങിയപ്പോളാണ് മൊബൈൽ അയാളുടെ കണ്ണിൽ പെട്ടത്. നാട്ടിൽ നിന്നു പത്തിരുപതുമിസ്ഡ്കാൾ.

അയാൾ ഫോൺ എടുത്ത് വില്ലയുടെ പുറത്തേക്ക് ഇറങ്ങി. റോഡ് സൈഡിൽ ഉള്ള മരച്ചുവട്ടിൽ നിന്ന് നാട്ടിലേക്ക് വിളിച്ചു. എന്റെമനുഷ്യാ നിങ്ങളിതെവിടെ ആയിരുന്നു. ഞാൻ ഉറങ്ങിപ്പോയി. എനിക്ക് തോന്നി

പോത്തുപോലെ ഉറങ്ങുകയായിരിക്കും എന്ന്. ഭാര്യ അയാളോട് ദേഷ്യപ്പെട്ടു. ഞാൻ എന്റെ വീട്ടിൽ ഒന്ന് പോകുകയാണ്. എന്താ കാര്യം? അയാൾ അന്വേഷിച്ചു. എന്റെഅച്ഛൻ ഒന്നു വീണു. കാലിൽ പൊട്ടലുണ്ട്. പ്ലാസ്റ്റർ ഇട്ടു. അമ്മയെക്കൊണ്ട് എല്ലാം കൂടി ഒറ്റയ്ക്ക് പറ്റില്ല. കുട്ടികളെ ഞാൻ അവിടുന്ന് സ്കൂളിൽ വിട്ടോളാം. അവൾ പറഞ്ഞത് വ്യക്തമായി കേട്ടങ്കിലുംഅയാൾ വീണ്ടും ചോദിച്ചു. ഹലോ എന്താ പറഞ്ഞത്? ഭാര്യ വീണ്ടും കാര്യം വിശദീകരിച്ചു. വീണ്ടും അയാൾ ചോദിച്ചു, ഹലോ എന്താ പറഞ്ഞത്? റേഞ്ച് ഉള്ളിടത്തോട്ട് മാറി നിൽക്ക്മനുഷ്യാ അവൾ ആക്രോശിച്ചു കൊണ്ട് വീണ്ടും കാര്യങ്ങൾ വിശദീകരിച്ചു. ഇതാണാവസരം അയാളുടെ മനസ് മന്ത്രിച്ചു. നിന്റെ അപ്പന് മുട്ടേൽ പനിയാണെന്നോ, അതിനു നിനക്ക് ശുശ്രൂഷിക്കാൻ പോകണമെന്നോ? മര്യാദക്ക് അടങ്ങി ഒതുങ്ങി വീട്ടിൽ ഇരുന്നോണം. ഇല്ലെങ്കിൽ നിന്റെമുട്ടുകാൽ ഞാൻ ചവിട്ടി ഒടിക്കും. അതല്ല പോകണം എന്ന് നിർബന്ധംആണെങ്കിൽ പൊയ്ക്കോ. ഒരുപ്പോക്കായിരിക്കണംതിരിച്ചിങ്ങോട്ട് വരരുത്. അയാൾ ആക്രോശിച്ചു. അയാൾക്കരികിലൂടെ നടന്നു പോയ അറബി അയാളെ അന്തംവിട്ട് നോക്കി. അയാൾ പെട്ടെന്ന് സൗമ്യനായിഅറബിക്കൊരു സലാം കൊടുത്തു. സലാം മടക്കി അറബി മലബാറിക്കു വട്ടായോ എന്ന് സംശയിച്ചു കാറിൽ കയറിപ്പോയി. അയാൾ സംതൃപ്തിയോടെ ഫോൺ കട്ട് ചയ്തുപോക്കറ്റിൽ ഇട്ടു. സന്തോഷം കൊണ്ട് അയാൾക്ക്തുള്ളിച്ചാടണം എന്നു തോന്നി. പിന്നെ വിശപ്പിന് വല്ലതും കഴിക്കാൻ വേണ്ടി അടുത്ത ഷാബിയയിലെ കഫ്തേരിയക്കു നേരെ ക്രൂരമായ ഒരുതരം സംതൃപ്തിയോടെ അയാൾ നടന്നു നീങ്ങി.

സൂര്യതേജസുള്ള മുഖം

നഗരത്തിലെ പ്രശസ്തമായ മൾട്ടിസ്പെഷ്യാലിറ്റി ഹോസ്പിറ്റൽ. ഡോക്ടർ സന്ധ്യയുടെ കൺസൾട്ടിംഗ് റൂമിനുമുമ്പിൽ ഗർഭിണികളുടെ തിരക്ക്. ഡോക്ടർ സന്ധ്യയെ ഒന്ന് കണ്ടാൽ മതി, ഒന്നു തൊട്ടാൽ മതി ഇതാണ് ഗർഭിണികളുടെ ഭാഷ്യം. വിനയം നിറഞ്ഞ മുഖവും ചിരിയും സംസാരവും. വിശ്രമമില്ലാത്ത ജോലിയും. അതാണ് ഡോക്ടർ സന്ധ്യ.

തന്റെ കൺസൽട്ടിംഗ് റൂമിലേക്ക് കടന്നു വന്നവരെ കണ്ട് ഡോക്ടർ സന്ധ്യ ഒന്ന് ഞെട്ടിയെങ്കിലും പെട്ടെന്ന് സമചിത്തത പാലിച്ചു. ഡോക്ടർ സന്ധ്യയുടെ മുൻഭർത്താവ് അശോകനും ഭാര്യ രമ്യയും ആയിരുന്നു അത്. രമ്യയാണ് കാര്യങ്ങൾ വിശദീകരിച്ച് തുടങ്ങിയത്. ഡോക്ടറല്ലാതെ മറ്റൊരാളെ കാണുന്നത് ഞങ്ങൾക്ക് ചിന്തിക്കാൻപോലും പറ്റില്ലായിരുന്നു. അതുകൊണ്ടാണ് ഇങ്ങോട്ട് വന്നത്. ഇത് തനിക്കുള്ള കോംപ്ലിമെന്റ് ആണോ അതോ നീ എന്നിൽ നിന്നും തട്ടിയെടുത്തത് ഞാനിതാ തിരിച്ചു പിടിച്ചു. നിനക്ക് കഴിയാത്തത് ഇതാ എനിക്കിപ്പോൾ സാധിക്കുന്നു എന്ന ഒരു ഓർമ്മപ്പെടുത്തൽ ആണോ എന്ന് ഡോക്ടർ സന്ധ്യ ഒരു നിമിഷം സംശയിച്ചു. നഗരത്തിലെ പ്രമുഖ വ്യവസായിയുടെ മകനായ അശോകൻ രമ്യയെ വിവാഹം കഴിക്കാനുള്ള വീട്ടുകാരുടെ തീരുമാനത്തെ എതിർത്താണ് ഡോക്ടർ സന്ധ്യയെ വിവാഹം കഴിച്ചത്. സന്ധ്യയോട് അശോകന് ആരാധനയായിരുന്നു. എല്ലാ സ്ത്രീകൾക്കും കുഞ്ഞുങ്ങളെ നൽകുന്ന ഡോക്ടർ സന്ധ്യക്ക് ഒരു കുഞ്ഞുണ്ടാവില്ല എന്ന തിരിച്ചറിവിൽ അശോകനും കുടുംബവും ചില കടുത്ത തീരുമാനങ്ങൾ എടുക്കാൻ പ്രേരിതരായി. അവർ വേർപിരിഞ്ഞു. അശോകൻ രമ്യയെ വിവാഹം കഴിച്ചു. ഡോക്ടർ സന്ധ്യ ജോലി രാജിവെച്ച് കർണാടകയിൽ ഉള്ള ഒരു ഹോസ്പിറ്റലിൽ ജോയിൻ ചെയ്തു. അവിടെ വച്ചാണ് പ്രകാശനെ കാണുന്നതും അയാൾ ഡോക്ടർ സന്ധ്യയുടെ ജീവിതത്തിലേക്ക് വരുന്നതും. പിന്നീടിപ്പോഴാണ് അശോകനും സന്ധ്യയും തമ്മിൽ കാണുന്നത്.

പരിശോധനയ്ക്ക് ശേഷം കഴിക്കേണ്ട ഭക്ഷണത്തെക്കുറിച്ചും മരുന്നുകളെകുറിച്ചും ഡോക്ടർ സന്ധ്യ അശോകനോടും രമ്യയോടും വിശ

ദീകരിച്ചു. അവർ പോയശേഷം നഴ്സ് അടുത്ത പേഷ്യന്റിന്റെ പേര് വിളിക്കാൻ തുടങ്ങിയപ്പോൾ ഡോക്ടർ സന്ധ്യ കൈയെടുത്ത് വിലക്കി. ഫോണെടുത്തു വീട്ടിലേക്കു വിളിച്ചു. 'വനജ ചേച്ചി, മക്കൾ എന്തു ചെയ്യുന്നു?'

ആ ചോദ്യം കേട്ട് വനജ അത്ഭുതപ്പെട്ടു. അങ്ങനെ ഒരു വിളി പതിവില്ല. 'മക്കൾ കളിക്കുന്നു മോളെ. എന്താ?'

ഒന്നും ഇല്ല ചേച്ചി. ഡോക്ടർ ഫോൺ കട്ട് ചെയ്തു. പിന്നീട് പ്രകാശനെ വിളിച്ചു. 'എന്താണ് ഡോക്ടർ സന്ധ്യയുടെ ഒ. പി.യിൽ ഗർഭിണികളുടെ ക്യൂ ഇല്ലേ, തനിക്ക് എന്നെ വിളിക്കാൻ ഒക്കെ നേരം കിട്ടുന്നുണ്ടോ? അതിശയം ആയിരിക്കുന്നല്ലോടോ. പ്രകാശൻ അത്ഭുതം കൂറി.

'ഒന്നും ഇല്ല ചേട്ടാ വൈകുന്നേരം ഞാൻ നേരത്തെ വരാൻ നോക്കാം.'

അത് വീൺവാക്ക് ആണെന്ന് അറിയാമെങ്കിലും പ്രകാശൻ സമ്മതം മൂളി.

ഒ. പി. യിലെ തിരക്കും ലേബർ റൂമിലേക്കും തിയേറ്ററിലേക്കും ഇടക്കിടെയുള്ള ഓട്ടവും കഴിയുമ്പോൾ ഡോക്ടർ സന്ധ്യയുടെ സമയം പറന്നാണ് പോകുന്നത്. വീട്ടുകാര്യങ്ങളും കുട്ടികളെയും നോക്കാൻ വനജ ഉള്ളതും പ്രകാശൻ വളരെ സപ്പോർട്ടീവായ ഭർത്താവ് ആയതുംകൊണ്ട് കരിയറിൽ കൂടുതൽ ശ്രദ്ധിക്കാൻ ഡോക്ടർ സന്ധ്യക്ക് കഴിയുന്നു.

അന്ന് രാത്രി ബെഡ്റൂമിൽ എത്തിയ ഡോക്ടർ സന്ധ്യയോട് പ്രകാശൻ ചോദിച്ചു. എന്തുപറ്റിയടോ പതിവില്ലാതെ ഒരു വിളിയൊക്കെ. ഡോക്ടർ സന്ധ്യ അശോകനും രമ്യയും തന്നെ കാണാൻ വന്ന കാര്യം പ്രകാശനോട് പറഞ്ഞു. പ്രകാശൻ വളരെ സ്നേഹത്തോടെ സന്ധ്യയെ ചേർത്തുപിടിച്ചു. അവർക്കൊരു കുട്ടി ആകാൻ പോകുന്നതല്ലേ ഉള്ളൂ. ദൈവം ദാ നമുക്ക് രണ്ടെണ്ണത്തിനെ തന്നില്ലേ, ഹാപ്പി ആയിരിക്കു. ഡോക്ടർ സന്ധ്യ ഉറങ്ങാൻ കണ്ണുകളടച്ചു. മനസ്സിൽ സൂര്യതേജസ് ഉള്ള ആ മുഖം തെളിഞ്ഞുവന്നു.

അശോകനും രമ്യയും കൃത്യമായ ഇടവേളകളിൽ പരിശോധനകൾക്കെത്തി. അവസാനം പ്രസവത്തിനായി രമ്യയെ അഡ്മിറ്റ് ചെയ്തു. രണ്ടുപേരുടെയും ഒരുപറ്റം ബന്ധുക്കളും ആശുപത്രിയിലും പുറത്തുമായി തമ്പടിച്ചിട്ടുണ്ട്. ചിലരൊക്കെ ഇങ്ങോട്ട് കൊണ്ടുവരേണ്ടായിരുന്നു. ഇവരുടെ ചികിത്സ വേണ്ടായിരുന്നു എന്നൊക്കെയുള്ള അഭിപ്രായം പാസാക്കുന്നുമുണ്ട്. അശോകന് മാത്രം ഒരു കുലുക്കവുമില്ല. ഡോക്ടർ സന്ധ്യയുടെ ജോലിയിലുള്ള ആത്മാർത്ഥതയും അർപ്പണബോധവും അശോകനോളം ആരാണ് തിരിച്ചറിഞ്ഞിട്ടുള്ളത്?

രമ്യയെ ലേബർ റൂമിലേക്ക് മാറ്റി. പെയിൻ വരാനുള്ള മരുന്ന് കൊടുത്തു. അവസാനനിമിഷമാണ് കാര്യങ്ങൾ മാറി മറിഞ്ഞത്. കുഞ്ഞിന്റെ തലയ്ക്കു പകരം പൊക്കിൾകൊടിയാണ് പുറത്തേക്ക് വന്നത്. ഡോക്ടർ സന്ധ്യ ഒ. പി. യിൽനിന്നും പറന്നാണ് തിയേറ്ററിലെത്തിയത്. പകൽ സമയമായിരുന്നതിനാൽ ഹോസ്പിറ്റലിൽ എല്ലാ ഡോക്ടർമാരും ഉണ്ടായിരുന്നു. അശോകനോട് കൺസെന്റ് ഒപ്പിട്ടുവാങ്ങി നിമിഷനേരം കൊണ്ട് സർജറി നടത്തി നഴ്സുമാർ കുഞ്ഞിനെയും കൊണ്ട് ന്യൂബോൺ ഐസിയുവിലേക്ക് ഓടി. പുറത്തു നിന്നിരുന്നവർ കരച്ചിലും പ്രാർത്ഥനയും ആയി നിമിഷങ്ങൾ എണ്ണി നിന്നു. അശോകന് തന്റെ ഹൃദയം പൊട്ടിപ്പോകും എന്ന് തോന്നി. ഏതാനും മിനിട്ടുകൾക്കകം അമ്മയും കുഞ്ഞും സുഖമായിരിക്കുന്നു എന്ന് നഴ്സ് വന്ന് അറിയിച്ചപ്പോഴാണ് അശോകനും ബന്ധുക്കൾക്കും സമാധാനമായത്.

പിറ്റേന്ന് ഒ.പി. കഴിഞ്ഞ് ന്യൂബോൺ ഐസിയുവിൽ എത്തി ഡോക്ടർ സന്ധ്യ കുഞ്ഞിനെ കണ്ടു. ഡോക്ടർ സന്ധ്യയുടെ കണ്ണിൽ കണ്ണീർകണങ്ങൾ ഉരുണ്ടുകൂടി. താൻ പ്രസവിക്കേണ്ടിയിരുന്ന കുഞ്ഞ്. അതിനുശേഷം ഡോക്ടർ സന്ധ്യ റൂമിലെത്തി അശോകനെയും രമ്യയെയും കണ്ട് കുഞ്ഞു സുഖമായിരിക്കുന്നു എന്നറിയിച്ചു. സംഭവിച്ച കാര്യങ്ങൾ വിശദീകരിച്ചു. ഏതാനും ദിവസങ്ങൾക്കുശേഷം കൺസൾട്ടിംഗ് റൂമിലെ ജനലിലൂടെ ഡിസ്ചാർജ് വാങ്ങി ഭാര്യയും കുഞ്ഞുമായി കാറിൽ കയറി പോകുന്ന അശോകനെ ഡോക്ടർ സന്ധ്യ കണ്ടു.

ഏതാനുംമാസങ്ങൾക്ക് ശേഷം ഒരു ഞായറാഴ്ച പ്രകാശനാണ് പറഞ്ഞത്. ‘നമുക്ക് ഇന്ന് ഒന്ന് പുറത്തു പോയാലോ, കുറച്ച് ഷോപ്പിങ്ങും ഫുഡ് പുറത്തുനിന്ന് കഴിക്കുകയും ആകാം. കേട്ടപാതി കേൾക്കാത്ത പാതി വനജയും കുട്ടികളും റെഡിയായി. ഷോപ്പിങ്ങിനുശേഷം മാളിലെ ഫുഡ്കോർട്ടിൽ ഭക്ഷണം കഴിച്ചു കൊണ്ടിരിക്കുമ്പോഴാണ് ഡോക്ടറേ എന്ന വിളിയോടെ രമ്യ ഓടിവരുന്നത്. കയ്യിൽ കുഞ്ഞും കൂടെ അശോകനും ഉണ്ട്. ഡോക്ടറെ കണ്ടതും പരിസരം മറന്നു ആറുമാസം പോലുമാകാത്ത കുഞ്ഞിനെ ഡോക്ടറെ പരിചയപ്പെടുത്തുകയാണ്. ‘നോക്കടാ, മോനെ ഇത് ആരാണെന്ന്. നിന്നെ രക്ഷപ്പെടുത്തിയെടുത്ത ഡോക്ടറാണ്.’ കുഞ്ഞൊന്നും മനസ്സിലാകാതെ കണ്ണും മിഴിച്ചിരുന്നു. അപ്പോഴാണ് രമ്യയുടെ കണ്ണ് ഡോക്ടറുടെ ഇരട്ടക്കുട്ടികളിൽ പതിഞ്ഞത്.

‘ഇതിനെ ഒന്ന് പിടിച്ചേ അശോകേട്ടാ, സ്വന്തം കുഞ്ഞിനെ ഭർത്താവിനു കൈമാറി രമ്യ ഡോക്ടറുടെ കുട്ടികളുടെ കവിളിൽ പിടിച്ചു. അയ്യോ! രണ്ടുപേരും ഒരു പോലിരിക്കുന്നു.

ഇരട്ടക്കുട്ടികൾ പിന്നെ ഒരു പോലെയല്ലേയിരിക്കുക. വനജക്ക് ദേഷ്യം വന്ന് പിറുപിറുത്തു. കുട്ടികളെ ആരും തൊടുന്നതും അമിതമായി ലാളിക്കുന്നതും ഒന്നും വനജയ്ക്ക് ഇഷ്ടമല്ല. യാത്രപറഞ്ഞ് പോയിട്ടും രമ്യ തിരിഞ്ഞു നോക്കിക്കൊണ്ടേയിരുന്നു.

'അശോകേട്ടാ, എനിക്ക് കൊതിയാകുന്നു അതുങ്ങളെ കണ്ടിട്ട്. എന്തൊരു സൗന്ദര്യം! നീ ഇതിനെ പിടി. അശോകൻ സ്വന്തം കുഞ്ഞിനെ രമ്യയുടെ കയ്യിലേക്ക് കൊടുത്തു.

പ്രകാശന്റെ ചിരി കണ്ടാണ് അന്ന് രാത്രി ഡോക്ടർ സന്ധ്യ ബെഡ്റൂമിൽ എത്തിയത്. 'എന്താണ് ഇത്ര ചിരിക്കാൻ' അവർ ഭർത്താവിനോട് അന്വേഷിച്ചു. അല്ലടോ, പേറെടുക്കാൻ വന്നവൾ ഇരട്ട പെറ്റു എന്ന് പറഞ്ഞത് പോലെ ആയി തന്റെ എക്സിന്റെ അവസ്ഥ. പാവം ഇഞ്ചികടിച്ചതുപോലെ ആയിരുന്നു മുഖം. മക്കൾ ഉണ്ടാകില്ല എന്ന് പറഞ്ഞല്ലേ അയാൾ തന്നെ ഉപേക്ഷിച്ചത്. ഇപ്പോൾ നോക്കുമ്പോൾ സുന്ദരനായ ഒരു ഭർത്താവും മിടുക്കരായ രണ്ടു മക്കളും. ഡോക്ടർ സന്ധ്യ ഒന്നും പറഞ്ഞില്ല. മനസ്സിൽ സൂര്യതേജസ് ഉള്ള ആ മുഖം തെളിഞ്ഞു.

ഓർമ്മകൾ ഡോക്ടർ സന്ധ്യയുടെ മനസ്സിലേക്ക് പെയ്തിറങ്ങി. കർണാടകയിലെ ഹോസ്പിറ്റലിൽ ജോലി ചെയ്യുന്ന സമയം. ഒരു ദിവസം അതിസുന്ദരനായ ഒരു യുവാവും സൂര്യതേജസ് ഉള്ള ഒരു യുവതിയും നിറവയറുമായി ഡോക്ടർ സന്ധ്യയെ കാണാനെത്തി. പരിശോധനയിൽ കാര്യങ്ങൾ കോംപ്ലിക്കേറ്റഡ് ആണ് എന്ന് ഡോക്ടർ സന്ധ്യക്ക് മനസ്സിലായി. അവരുടെ ജീവൻ പിടിച്ചുനിർത്താൻ സന്ധ്യ ആവുന്നത് ശ്രമിച്ചു. ഇരട്ടക്കുട്ടികൾക്ക് ജൻമം നൽകി ആ സ്ത്രീ ലോകത്തോട് യാത്ര പറഞ്ഞു. വിവരമറിഞ്ഞ് അവരുടെ ഭർത്താവ് ആശുപത്രി വളപ്പിൽ തൂങ്ങി മരിച്ചു. ഡോക്ടർ സന്ധ്യ പകച്ചുപോയി. ലോകത്തിലേക്ക് വന്ന ആ നിമിഷം തന്നെ ആ കുഞ്ഞുങ്ങൾ അനാഥരായി. പ്രകാശൻ ആണ് ഒരു നിർദ്ദേശം വച്ചത്. നമുക്ക് വളർത്താം ഈ കുഞ്ഞുങ്ങളെ. രേഖകളിൽ പ്രകാശനും സന്ധ്യയും ആ കുഞ്ഞുങ്ങളുടെ അച്ഛനും അമ്മയുമായി. കുറെ നാളുകൾക്കു ശേഷം കുട്ടികളുമായി അവർ തിരികെ നാട്ടിലെത്തി. ആ രഹസ്യം അവരുടെ മാത്രം മനസ്സിൽ അവർ കുഴിച്ചുമൂടി.

രമ്യ അശോകനോട് പതം പെറുക്കി കൊണ്ടേയിരുന്നു. 'എന്തു ഭംഗിയാ അശോകേട്ടാ ആ പിള്ളേരെ കാണാൻ. അവർക്ക് കുട്ടികൾ ഉണ്ടാകില്ല എന്ന് പറഞ്ഞല്ലേ നിങ്ങൾ അവരെ ഉപേക്ഷിച്ചത്. അതെങ്ങനാ, നിങ്ങളുടെ അമ്മയ്ക്ക് ഒരു ക്ഷമ ഇല്ലല്ലോ? എല്ലാത്തിനും ധൃതിയല്ലേ, അമ്മയ്ക്കായിരുന്നു അശോകൻ രമ്യയെ വിവാഹം കഴിക്കാൻ ഏറ്റവും

താല്പര്യം. അമ്മയ്ക്ക് ഇതു തന്നെ വരണം അശോകൻ മനസ്സിലോർത്തു. അല്ല ഇനി നിങ്ങൾക്കായിരുന്നോ കുഴപ്പം? സ്വന്തം കുഞ്ഞിനെ തൊട്ടിലിൽ കിടത്തി ഭാര്യ തന്നോടീ ചോദ്യം ചോദിച്ചപ്പോൾ ദൈവമേ! ഒരു സ്പൂൺ ബുദ്ധിയെങ്കിലും കൊടുത്ത് ഇവളെ ഭൂമിയിലേക്ക് വിടാമായിരുന്നല്ലോ എന്നോർത്ത് അശോകൻ പരിതപിച്ചു. അറിവില്ലായ്മ ഒരു തെറ്റല്ലല്ലോ എന്നോർത്ത് അയാൾ സമാധാനിച്ചു. നഷ്ടപ്പെടുത്തി കളഞ്ഞതിന്റെ മൂല്യം ഓർത്ത് അയാൾ കരഞ്ഞു. പിന്നെ പതിയെ ഉറക്കത്തിലേക്ക് വഴുതിവീണു.